NGUYỄN HẢI HÀ

VIỆT NAM

THI VĂN HẢI NGOẠI

1975 - 2003

TRÍCH TUYỂN & CHÚ THÍCH

HỌC THUẬT

2004

NGUYỄN HẢI HÀ

Sinh ngày 13/03/1938

Dạy học.Sĩ Quan QLVNCH.(Khoá 17Sĩ Quan Trừ Bị Thủ Đức)

Tỵ nạn tại Hoa Kỳ 1984.

Đã cộng tác với các báo: Đường Sống. Tuổi Hoa. Người Việt (Hoa Kỳ) và Làng Văn (Canada).

Đã xuất bản:

*TRÌNH BÀY (thơ, bút hiệu Hiện Hữu)

Học Thuật xuất bản, Sài Gòn, Việt Nam, 1967.

*HƯƠNG CHIỀU (thơ, bút hiệu Hiện Hữu)

Hồng Lĩnh xuất bản, Sài Gòn, Việt Nam.

*CÒN SÁNG TẠO (thơ)

Người Việt xuất bản, California, USA., 1987.

*Đã góp thơ trong "20 Năm Văn Học Việt Nam Hải Ngoại 1975-1995"

Đại Nam xuất bản, California, USA., 1997.

*TÀN PHAI (thơ)

Học Thuật xuất bản, California, USA., 1997.

*VIỆT NAM THI VĂN HẢI NGOẠI 1975-2003

Trích Tuyển & Chú Thích.

Học Thuật xuất bản, California, USA., 2004.

*CỨU LÁY QUÊ HƯƠNG(thơ, Nguyễn Hải Hà (hn) (hải ngoại))

Học Thuật xuất bản,California,USA., 2015.

*Sẽ in:

*Thơ TRANH ĐẤU

Trong Dòng Văn Học Việt Nam Hải Ngoại.

NGUYỄN HẢI HÀ
Sinh ngày 13/03/1938

Dạy học. Sĩ quan Quân Lực Việt Nam Cộng Hòa
Tỵ nạn tại Hoa Kỳ từ 1984.
Đã cộng tác với các báo: Đường Sống, Tuổi Hoa, Người
Việt (Hoa Kỳ) và Làng Văn (Canada).

Đã xuất bản:
* TRÌNH BÀY (thơ, bút hiệu Hiện Hữu)
Học Thuật xuất bản, Sài Gòn, Việt Nam, 1967.

* HƯƠNG CHIỀU (thơ, bút hiệu Hiện Hữu)
Hồng Lĩnh xuất bản, Sài Gòn, Việt Nam, 1970.

* CÒN SÁNG TẠO (thơ)
Người Việt xuất bản, California, USA., 1987.

* Đã góp thơ trong "20 Năm Văn Học Việt Nam Hải Ngoại
1975-1995".
Đại Nam xuất bản, California, USA., 1997.

* TÀN PHAI (thơ)
Học Thuật xuất bản, California, USA., 1997.

* VIỆT NAM THI VĂN HẢI NGOẠI 1975-2003
Trích tuyển & Chú thích.
Học Thuật xuất bản, California, USA., 2004.

VIỆT NAM
Thi Văn Hải Ngoại
1975 - 2003
Nguyễn Hải Hà biên soạn
Cao Xuân Huy trình bày
Bià: Viện bảo tàng Sài Gòn.
Học Thuật xuất bản - California - USA
2004
In tại Five Stars Printing

MỤC LỤC

VĂN

Tựa đoạn văn do chúng tôi tạm đặt.

VÀO ĐỀ

Ngày 30/04/1975 miền Nam Việt Nam sụp đổ. Xã hội miền Nam rẽ qua một khúc quanh mới. Chính sách cai trị hà khắc của những người cầm quyền cộng sản đã là nguyên nhân chính yếu khiến gần hai triệu người Việt Nam phải bỏ nước ra đi. Họ là những thuyền nhân, những bộ nhân. Họ đến được các quốc gia đệ tam nhưng phải trả bằng một giá rất đắt. Không biết bao nhiêu trăm ngàn người đã chết trên đường vượt biên. Chết vì những tai nạn thảm khốc dọc đường. Chết vì gặp hải tặc giết người, cướp của. Chết vì bị hải tặc bắt cóc, hãm hiếp, rồi ném xác xuống biển. Đó là chưa kể đến vô số những phụ nữ bị bán vào các nhà chứa.

Làn sóng người vượt biên tìm tự do bất chấp những hiểm nguy, chết chóc, đã làm thức tỉnh được lương tâm nhân loại trong lúc đó đang mơ ngủ. Họ được các quốc gia tự do trên thế giới mở rộng vòng tay đón nhận. Và họ đã hiện diện khắp nơi. Á châu với Nhật Bản. Úc châu. Âu châu với Anh, Pháp, Đức. Bắc Mỹ với Hoa Kỳ, Canada...

Từ ở ngay các trại tỵ nạn, dù trong hoàn cảnh khó khăn tạm bợ, những sinh hoạt văn hóa đã bắt đầu đâm chồi nẩy lộc. Những bản tin ngắn xuất hiện. Các lớp học Anh ngữ và Việt ngữ ngắn hạn cũng được khai giảng.

Và kế tiếp, những sinh hoạt này được chuyển qua những mảnh đất tạm dung. Ở đó, khi những tổ chức cộng đồng Việt Nam nhỏ bé lần lượt hình thành, những sinh hoạt văn hóa cũng bắt đầu. Sách vở, báo chí xuất hiện. Các lớp dạy Việt ngữ định kỳ, dài hạn cũng được khai giảng.

Thấm thoát đã gần ba mươi năm. Các sinh hoạt kể trên càng ngày càng vững vàng và hiện đang trên đà phát triển mạnh. Chiều dài lịch sử của những người Việt tỵ nạn hải ngoại đã dài hơn chiều dài lịch sử của Việt Nam Cộng Hòa cũ (1954-1975).

Lịch sử là lịch sử của đấu tranh. Đấu tranh để tồn tại và để phát triển. Để đạt được thành quả như hiện nay, tập thể người Việt tỵ nạn tại hải ngoại đã phải đấu tranh liên tục kể từ ngày rời bỏ quê hương. Bỏ đoạn đời cũ lại sau lưng, khởi đi lại từ con số không với hai bàn tay trắng, họ đã đấu tranh một cách kiên cường để làm lại cuộc đời và dựng lại sự nghiệp. Và, cái giá mà họ phải trả là sức cần cù lao động cật lực, là mồ hôi, là nước mắt, là xương máu, đôi khi còn là cả sinh mạng.

Chỉ những người Việt yêu tự do tại hải ngoại mới có thẩm quyền viết lại những trang sử của họ về sinh hoạt chính trị, xã hội, văn học nghệ thuật v.v..., nói chung, để truyền lại cho thế hệ mai sau. Những trang sử này, chúng tôi mong mỏi quý vị cầm bút có khả năng thực hiện, nếu có điều kiện, và hoàn tất càng sớm càng tốt. Việc làm này, tuyệt đối, không thể để cho những cán bộ nhà nước từ Hà

Nội ra hải ngoại viết giùm, vì lý do: bôi nhọ, bóp méo và xuyên tạc lịch sử là việc làm chuyên nghiệp của những người cộng sản độc tài.

Riêng về mặt văn học, biên soạn tập tài liệu "Việt Nam Thơ Văn Hải Ngoại 1975-2003", với những đoạn thơ, văn trích tuyển và chú thích, chỉ là việc làm đơn giản, khiêm nhượng, nhằm giúp các học sinh đang học Việt ngữ có chút tài liệu đọc thêm trong giờ rảnh rỗi, để hiểu biết thêm phần nào Việt ngữ trong các tác phẩm thơ, văn, hiện diện trong dòng văn học Việt Nam tại hải ngoại từ sau ngày 30/04/1975 đến hiện nay.

Tập tài liệu này không thể hoàn thành, nếu không có những sáng tác quí báu của các tác giả (nhà thơ, nhà văn, nhà báo...) nói chung, đã vui lòng cho chúng tôi trích lại các đoạn thơ, văn trong tác phẩm đã xuất bản. Mong quý vị nhận nơi đây lòng tri ân chân thành của chúng tôi.

Đây chỉ là phần giới thiệu tổng quát về phần văn học hải ngoại nên chúng tôi chưa thể đề cập tới các tác phẩm của từng tác giả. Chúng tôi hy vọng sẽ bổ túc phần thiếu sót này trong tương lai.

NỘI DUNG

Nhằm mục đích giúp học sinh đang học Việt ngữ dễ dàng làm quen với văn học Việt Nam tại hải ngoại, chúng tôi chỉ giới thiệu những đoạn thơ, văn tương đôi ngắn, với những đề tài dễ hiểu của những cây bút quen thuộc. Đa số đã nhiều năm góp phần xây dựng cho dòng văn học hải ngoại.

Tập tài liệu đọc thêm này được chia làm bốn phần:
1. Ca dao.
2. Thơ.
3. Văn.
4. Phụ lục.

Phía dưới mỗi câu ca dao, mỗi đoạn thơ, văn, đều có phần chú thích rõ ràng, ngắn, gọn những từ cần được hiểu rõ, theo phương cách giải nghĩa nguồn gốc của từng tiếng nói, từng từ ngữ.

Thí dụ: Từ nguyên: Từ: lời nói. Nguyên: nguồn gốc.

- Nguồn gốc của từng tiếng nói, từ ngữ.

Riêng phần thi văn, tên tác giả được sắp xếp theo mẫu tự A, B, C... và theo trình tự như sau:

1. Tiểu sử tác giả: tên họ, bút hiệu, ngày sinh và sinh quán.

2. Đoạn thơ, văn trích tuyển: nhan đề của tác giả, hoặc do chúng tôi tạm đặt ra, vì nhu cầu.

3. Xuất xứ: (nhan đề, nhà xuất bản, nơi chốn (xứ, quốc gia), năm, trang...).

Thí dụ: Cùm Đỏ, Người Việt, California, USA., 1985, tr. 62.

4. Chú thích.

KẾT TỪ

Ngoài phần ca dao, tập tài liệu đọc thêm chỉ giới thiệu được 76 tác giả với 76 đoạn thơ, văn trích tuyển, trong suốt chiều dài 28 năm (1975-2003) của lịch sử văn học Việt Nam tại hải ngoại. Con số 76 đã nói lên sự khiêm nhượng và khiếm khuyết của nó.

Dòng văn học hải ngoại rất phong phú và đa dạng, nhưng không tập trung ở California, mà ở rải rác khắp nơi trên thế giới. Chính khoảng cách về không gian, thời gian, và những trở ngại trong công việc phát hành sách, báo (từ tác giả đến tay người đọc, vì cước phí cao), đã gây khó khăn không ít cho những người muốn đi tìm lại những nguồn tài liệu văn học, khi cần, để biên soạn những đề tài có dính dáng tới văn chương hải ngoại.

Vì vậy, chúng tôi ước mong tập tài liệu đọc thêm này sẽ được tiếp nhận với niềm thông cảm và rộng lượng, đồng thời với sự góp ý của người đọc để có thể bổ khuyết sau này.

Cuối cùng, chúng tôi riêng ghi ân:

- nhà văn Hoàng Khởi Phong đã cho mượn sách hiếm quý.

- nhà văn Phạm Quốc Bảo đã giúp tìm phần tài liệu văn học cần thiết tại tòa soạn báo Người Việt.

- và, hiền nội Nguyễn Thị Hường đã góp công trong việc biên soạn.

California, 17-10-2003

CA DAO

CA DAO MIỀN NAM
TỪ SAU 30/04/1975

Sau khi chiếm được miền Nam, Việt cộng đã thi hành một chánh sách thâm độc: tiêu diệt toàn bộ văn hóa miền Nam. Giới văn nghệ sĩ bị bắt và đưa đi cải tạo. Nhiều người bị chết vì chế độ tù đày khắc nghiệt như Vũ Hoàng Chương, Hồ Hữu Tường, Nguyễn Mạnh Côn v.v... Sách báo bị tịch thu, tiêu hủy. Ai còn cất giấu những tài liệu văn hóa cũ, đều bị kết tội phản động. Vì vậy, dân miền Nam chẳng còn gì, ngoài phần văn chương truyền khẩu. Trong giai đoạn này, dù bị đàn áp mạnh, văn chương truyền khẩu vẫn không ngừng phát triển, từ các tỉnh miền Nam cho tới các trại ty nạn xa xôi. Văn chương truyền khẩu gồm hai thành phần: chuyện cười và ca dao.

Về chuyện cười, chúng tôi đơn cử chuyện cười sau đây:

"Cả Nước Sướng"

"Có một lần Lê Duẩn và Phạm Văn Đồng cùng đi chung chuyến bay, thăm dân cho biết sự tình. Lê Duẩn lấy ra tờ

giấy bạc 100 đồng và nói với Phạm Văn Đồng:

- Thả tờ giấy bạc này xuống đất, đồng chí nào bắt được, có lẽ sẽ rất sung sướng!

Phạm Văn Đồng góp ý:

- Làm như bác thì chỉ có một người sướng. Nếu đem tờ giấy này đổi ra 100 đồng tiền lẻ, rồi rải xuống thì sẽ làm cho 100 người được sung sướng.

Phạm Văn Đồng mỉm cười đắc ý, quay lại hỏi đoàn viên phi hành:

- Các chú có cách nào làm cho nhiều người hơn được sung sướng không?

Một đoàn viên phi hành trả lời:

- Thưa có! Ngay bây giờ, nếu hai bác cùng nhảy xuống đất một lượt thì không chỉ làm cho 100 người sướng, mà cả nước đều sướng!"

Phần chuyện cười, nói chung, đã được nhiều người nói tới. Ở đây chúng tôi chỉ giới thiệu phần ca dao.

Nói tới văn học Việt Nam tại hải ngoại từ sau 30/04/1975 mà không nói tới phần văn học truyền khẩu mới, hoặc ca dao mới, là một sự thiếu sót lớn lao.

Vậy ca dao là gì?

Ca là hát hoặc khúc hát hợp với nhạc. Dao là hát trổng. Ca dao, nói chung, là những ca khúc, hoặc câu hát, phổ thông trong dân gian có ý nghĩa răn đời, và ghi lại một cách vắn tắt những sự việc lịch sử hoặc phong tục, tập quán, những kinh nghiệm về thời tiết, mùa màng, v.v... .

Định nghĩa này đúng nhưng chưa đủ, vì tính cách tiêu cực của nội dung. Ý nghĩa của ca dao cần được bổ túc thêm. Ở một khía cạnh khác, tích cực hơn, ca dao còn là vũ khí của quần chúng, giúp quần chúng phê phán, chống lại tập thể cầm quyền, khi tập thể này có những hành động lố bịch gây nên cảnh "chướng tai gai mắt", hoặc tố cáo chính sách cai trị khắc nghiệt, dã man, độc tài, tàn bạo và ngu xuẩn, đã gây nên bao thảm họa, bao nỗi thống khổ cho người dân. Chẳng hạn như chính sách cai trị của tập đoàn cộng sản Việt Nam áp đặt lên đầu người dân miền Nam ngay sau khi chiếm trọn vùng đất này.

Dưới ách thống trị và gông cùm của tập đoàn Việt cộng, toàn dân miền Nam sống quần quại, đau khổ trong một xã hội không có ngày mai.

Ca dao đã ghi lại:

"Đôi dép râu dẫm nát đời son trẻ,
Nón tai bèo che khuất nẻo tương lai."

Ca dao đã phê phán:

"Cách mạng vào, anh mút mùa cải tạo,
Trách bọn lãnh đạo nói xạo quá chừng."

Hoặc:

"X.H.C.N. là xạo hết chỗ nói"

(Xã Hội Chủ Nghĩa viết tắt là X.H.C.N.)

Và cuối cùng ca dao đã tố cáo:

bằng lối nói thông thường:

"Mấy đời bánh đúc có xương,
Mấy đời Việt cộng mà thương dân lành."

hoặc bằng cách nói lái và chơi chữ:

"Quân đội nhân dân là quân, giận nhân đôi.
Quân, giận nhân đôi, là quân, giận nhân hai.
Quân, giận nhân hai, là quân hại nhân dân."

Đây chính là khía cạnh tích cực của ca dao mới từ sau 30/04/1975 mà chúng tôi muốn nói tới vậy.

Số lượng ca dao lưu hành trong dân gian rất nhiều, nhưng sau gần 30 năm bị chìm dần vào quên lãng, phần còn lại chẳng bao nhiêu. Sau đây là những câu ca dao chúng tôi đã ghi chép được từ sau ngày bộ đội cộng sản Bắc Việt xâm chiếm miền Nam.

Vì phạm vi tự giới hạn trong phần "tài liệu đọc thêm", chúng tôi chỉ làm công việc phân loại ca dao thành những đề mục một cách tổng quát, và thêm phần chú thích để giúp các bạn trẻ mới học tiếng Việt dễ hiểu mà thôi.

Và đây là những đề mục mà ca dao nói tới:

A. Đảng Cộng Sản Việt Nam và đảng viên các cấp

1. Từ ngày cách mạng mùa thu,

Người khôn lánh mặt, lũ ngu cầm quyền.

* Cách mạng mùa thu: cách mạng tháng 8/1945.

2. Mấy đời bánh đúc có xương,

Mấy đời Việt cộng mà thương dân lành.

3. Mất mùa là tại thiên tai,

Được mùa là tại thiên tài đảng ta.

* Thiên tai: Thiên: trời. Tai: mối họa lớn.

- Tai họa do trời giáng xuống như bão lụt, động đất.

Thiên tài: Thiên: trời. Tài: làm việc có kết quả, hơn hẳn những kẻ khác.

Nghĩa bóng: những kẻ tài giỏi phi thường.

4. Tướng Võ không còn Nguyên Giáp nữa,

Bác Hồ chẳng phải Chí Minh đâu!

* Nguyên Giáp: Nguyên: nguồn gốc; đầu tiên.

Giáp: chữ đứng đầu thập can; gần nhau; áo mặc ra trận.

Nghĩa bóng: Tướng Giáp không còn là người đứng đầu nữa.

Chí Minh: Chí: rất. Minh: sáng suốt; rõ ràng; hiểu rõ.

- Rất sáng suốt.

5. Xưa kia đại tướng cầm quân,
Bây giờ đại tướng cầm... quần chị em!

* Câu này xuất hiện khi Võ Nguyên Giáp làm phó thủ tướng đặc trách kế hoạch hóa gia đình.

6. Đường bác đi... bi đát!

* Bác đi: nói lái là "bi đát."

Bi đát: Bi: thương sót. Đát: thảm; sót sa.

- Tình cảnh thảm thương.

7. Sự nghiệp bác Hồ sống mãi trong quần... chúng (ta)!

* Sự nghiệp: Sự: việc. Nghiệp: chỉ công nghiệp.

- Việc gì thành công.

8. Từ hang Pắc Pó chui ra,
Vươn vai một cái rồi ta... chui vào!

* Pắc Pó: tên một hang đá nằm trong vùng núi hiểm trở, thuộc tỉnh Cao Bằng gần biên giới Việt Nam và Trung Hoa lục địa, nơi Hồ Chí Minh ẩn trốn trong thời chiến tranh Việt Nam.

9. Mê bài cào anh thua cạn láng,
Giải phóng vào, anh sáng mắt chưa?

* Cạn láng: hết sạch, không còn gì.

10. Việt cộng vào, anh mút mùa cải tạo,
Trách bọn lãnh đạo nói xạo quá chừng!

* Mút: thuộc đàng chót hết.

Mút mùa cải tạo: ở tù, không biết ngày ra.

Lãnh đạo: Lãnh: coi sóc. Đạo: dẫn dắt.

- Trông coi và dẫn dắt.

11. Người đi đảng gọi Việt gian,
Vượt biên trót lọt, đổi sang Việt kiều.

Việt minh, Việt cộng, Việt kiều,
Trong ba Việt ấy, đảng yêu Việt nào?
Việt minh thì tuổi đã cao.
Việt cộng ốm yếu, xanh xao gầy mòn.
Việt kiều như gái còn son,
Đảng yêu, đảng quý như con một nhà.
* Gian: dối trá; trộm cướp.
Kiều: khách trú ngụ.
Son: trẻ, chưa vợ chưa chồng.
Việt minh: chữ viết tắt của Việt Nam Độc Lập Đồng Minh thành lập năm 1941.

B. Tham nhũng, hối lộ
1. Thi đua làm việc bằng hai,
Để cho cán bộ mua đài, mua xe.
Thi đua làm việc bằng ba,
Để cho cán bộ xây nhà, xây sân.
* Đài: người cộng sản miền Bắc gọi cái radio là cái đài.
Cán bộ: Cán: đảm nhận một công việc.
Bộ: chia, sắp đặt các loại thành các phần.
- Người đảm nhận công việc trong một phần, một ngành nào: cán bộ thông tin, cán bộ giáo dục...
2. Ai ơi nhớ lấy điều này,
Cướp đêm là giặc, cướp ngày: đảng ta!
* Đảng ta: đảng cộng sản Việt Nam.
3. O.D.P. là ra đi trong hối lộ,
Chạy giấy tờ, tốn quá, bác Hồ ơi!
* Câu này xuất hiện khi có chương trình O.D.P. ra đời.
O.D.P.: chữ viết tắt của Orderly Departure Program.

Hối lộ: Hối: đem của cải đút lót ai.

Lộ: của cải.

- Người muốn ra đi theo chương trình O.D.P. phải đem tiền bạc, của cải đút lót cho cán bộ để được cấp phát giấy tờ hợp lệ.

C. Thủy lợi

1. Thằng trời tránh qua một bên

Để cho thủy lợi đứng lên thay trời.

* Thủy lợi: Thủy: nước. Lợi: có ích.

- Ích lợi do sông nước đem lại.

D. Đời sống của người dân và sinh hoạt xã hội

1. Đôi dép râu giẫm nát đời son trẻ,

Nón tai bèo che khuất nẻo tương lai.

* Tương lai: Tương: đem đến. Lai: lại.

- Sắp đến.

2. Nam Kỳ Khởi Nghĩa tiêu Công Lý,

Đồng Khởi vùng lên diệt Tự Do.

* Công Lý và Tự Do là tên hai con đường lớn tại thành phố Sài Gòn, trước 30/04/1975.

Nam Kỳ Khởi Nghĩa và Đồng Khởi là tên hai con đường được thay thế cho hai con đường kể trên, sau 30/04/1975.

3. Một năm hai thước vải thô,

Lấy gì che kín "bác Hồ" em ơi!

* Thô: xấu

4. Chiều ba mươi, thầy giáo tháo giầy, ra chợ bán.

Sáng mồng một, giáo chức dứt cháo, đón mừng xuân.

* Thầy giáo: nói lái thành "tháo giầy."

Giáo chức: nói lái thành "dứt cháo."

Giáo: dạy dỗ. Chức: danh hiệu chỉ trách nhiệm quyền hạn trong tổ chức xã hội.

- Những người giữ nhiệm vụ dạy học.

5. Mực đen, bảng đen, cuộc đời đen, đen như mõm chó.

Phấn trắng, giấy trắng, bàn tay trắng, trắng tựa râu Hồ.

6. Đả đảo Thiệu, Kỳ,

Mua gì cũng có.

Hoan hô Hồ Chí Minh,

Mua cây đinh cũng xếp hàng!

* Đả đảo: Đả: đánh. Đảo: xô ngã.

Nghĩa rộng: chống đối, lật đổ.

7. Chiều chiều dạo bến Ninh Kiều,

Dưới chân tượng "bác", đĩ nhiều hơn dân!

* Ninh Kiều: tên một vườn hoa trên bờ Hậu giang trong thị xã Cần Thơ.

8. Lao động là vinh quang,

Lang thang là chết đói,

Hay nói thì vào tù

Lù đù thì sống sót.

* Lao động: Lao: mệt nhọc. Động: trái với tĩnh.

- Những người làm việc nặng nhọc.

Vinh quang: Vinh: vẻ vang. Quang: sáng sủa.

- Vẻ vang sáng sủa.

9. Thứ nhất: ngồi lì

Thứ nhì: đồng ý.

E. Vượt biên

1. H.C.R. là hai cây rưỡi,

Bán căn chòi, quyết chí đi chui.

* H.C.R. là chữ viết tắt của High Commissioner For Refugees.
Cây: cây vàng (một cây là một lượng vàng).
Chòi: lều, nhà lá nhỏ cất sơ sài.
Chui: chun, lòn qua chỗ hẹp.
Nghĩa rộng: trốn; lén lút.
2. *Vái trời cho con bạn vượt biên,*
Đừng vướng hải tặc, tới miền Galang.
* Hải tặc: Hải: biển. Tặc: giặc.
- Giặc biển.
Galang: đảo có trại tị nạn, thuộc Nam Dương.
3. *Sài Gòn xa, xứ Mỹ cũng xa,*
Vượt biên, em bỏ mẹ già, ai trông?

F. Tình yêu
1. *Kinh tế mới năm năm thất bại,*
Việt cộng vào, báo hại hai đứa mình.
2. *Khoai lang sáu tháng, khoai lang sùng.*
Lấy chồng Việt cộng thà lấy thằng khùng sướng hơn!
* Sùng: hư, thúi một phần (vì bị sâu ăn).
3. *Đất Bataan sao ròng núi lửa,*
Tới đây rồi, xứ lạ, quê người,
Viết thơ ngỏ một đôi lời,
Chúc em ở lại trọn đời bình an.
* Bataan: địa danh, nơi có trại tị nạn, thuộc Phi Luật Tân.
4.*Trồng trầu, trồng lộn với tiêu,*
Con theo Việt cộng, mẹ liều con hư!
* Liều: thí bỏ, bỏ mặc ra sao thì ra.
5. *Tình Bidong có "list" cũng đông.*

Tình Galang có "list" cũng văng.
* Bidong: tên một đảo nhỏ có trại tỵ nạn, thuộc Mã Lai.
List: danh sách.
Dông: chạy, đi mất.
Văng: bắn xẹt ra, vọt lên.
(Lóng: trợt, hỏng).
6. Trai "cải tạo", gái "phục hồi".
* Gái "phục hồi": gái đĩ điếm bị bắt, đưa nhốt vào trại tù được gọi là trường "Phục Hồi Nhân Phẩm".
* Cải hai loại người này được Việt cộng xếp vào thành phần "cặn bã" trong xã hội.
Phục hồi: Phục: trở lại, trả lại.
Hồi: trở về.
- Khôi phục lại.
Nhân phẩm: Nhân: người. Phẩm: chỉ tư cách.
- Tư cách, phẩm giá con người.
Phục hồi nhân phẩm: trả lại phẩm cách, giá trị cho con người.

THƠ

NGUYỄN NAM AN

Tên thật Lê Văn Mùi.

BÀ NGOẠI VIỆT VỀ VIỆT NAM

Gởi chi khi mẹ trở về
Gởi chi khi mẹ rời quê hương mình
Gởi ngày nắng quái lung linh
Gởi đêm thăm thẳm lạc tình anh em
Gởi buồn tóc mẹ bay nghiêng
Bên hiên ngày cũ trắng miền mưa bay
Gởi chi ngày mẹ đến đây
Mùa xuân bất chợt hay heo may buồn

8 tháng 7, 92
(Thức buồn chi (thơ), Nhân Văn, California, USA., 1996, tr.
234.)

CHÚ THÍCH

Nắng quái:	*nắng chiều.*
Thăm thẳm:	*xa mút tầm mắt.*
	- Rất sâu.
Heo may:	*gió tây bắc.*
	- Gió lạnh mùa thu từ hướng tây bắc thổi tới.

TRẦN HỒNG CHÂU

Tên thật Nguyễn Khắc Hoạch
Sinh ngày 15/05/1921 tại Hưng Yên, Bắc Việt.
Mất ngày 07/12/2003 tại Orange County, California.

NỬA KHUYA GIẤY TRẮNG

Mênh mông sầu gợn mẫu đơn
Nửa khuya giấy trắng tủi hờn tuyết trinh
Vắng em nương bóng tạc hình
Rưng rưng lệ sáp bên mình cô miên
Gió về tám hướng ưu phiền
Đìu hiu tuyết phủ mấy miền tình thơ
Trắng đêm hồn nhỏ bơ vơ
Lênh đênh suối cảm đợi chờ hoa tiên
Vắng em hồn mộng đỗ quyên
Nước non hiu hắt tiếng huyền bâng khuâng
Ly tao dòng cạn khơi vần
Mưa đan đan mãi giọt nhầu ý thơ
Cỏ vong ưu khói lam mờ
Nửa ly mai lộ nguyệt hờ tắm suởng
Bút say vọng tưởng dòng Tương
Mực say ảo mộng lạc đường héo hon
Ngỡ ngàng giấy trắng lòng son
Tuyết rơi rơi mãi gói tròn thương đau

*(Nửa Khuya Giấy Trắng (thơ), Thanh Văn, California, USA.,
1992, tr. 33.)*

CHÚ THÍCH

Tuyết trinh: *Tuyết: tuyết. Trinh: trinh trắng, toàn vẹn.*
- Trong trắng như tuyết.

Cô miên: *Cô: lẻ loi. Miên: ngủ*
- Ngủ một mình.

Đỗ quyên: *tên một giống chim còn gọi là "Tử Quy" hay "Đỗ Vũ". Tiếng chim quyên kêu réo rắt, khiến khách lữ hành động lòng nhớ nhà.*
Tương truyền vua nước Thục là Đỗ Vũ thông dâm với vợ Biết Linh và truyền ngôi cho Biết Linh, rồi bỏ nước mà đi. Sau thác, Thục đế biến thành chim đỗ quyên, nhớ nước, ngày đêm kêu mãi không thôi.

Ly tao: *tên một thiên trong Sở từ của Khuất Nguyên, được đời cho là kiệt tác.*
Nghĩa bóng: buồn thảm, áo não.

Tương: *tên một con sông bên Trung Hoa, bắt nguồn từ núi Dương Hải, thuộc quận Hưng An, tỉnh Quảng Tây.*
Xưa Nga Hoàng và Nữ Anh nhớ vua Thuấn, đứng bên bờ nơi hợp lưu của sông Tiêu và sông Tương mà khóc. Trong văn chương thường dùng hai chữ Tiêu Tương để nói về trai gái thương nhớ nhau.

Vong ưu: *Vong: quên. Ưu: lo*
- Làm cho quên mối lo phiền.
- Vong ưu còn có tên là huyên thảo (dùng để ví với bà mẹ).

Kinh Thi: *"Yên đắc huyên thảo ngôn thọ chi bối".*
Sao được cây kim châm để trồng ở hướng bắc của ngôi nhà.
Hướng bắc là hướng bà mẹ ở.
Huyên: dùng để chỉ bà mẹ. Đường: nhà.

	Nhà huyên: bà mẹ.
Mai lộ:	*(tức mai quế lộ): Mai: cây mai. Quế: cây quế.*
	Lộ: sương
	- Sương trên cây mai, cây quế.
	- Tên một thứ rượu ngon có tiếng ở Trung Quốc.
Hoa tiên:	*Hoa: bông hoa.*
	Tiên: giấy thường dùng để viết thư hoặc làm thơ
	xong viết vào đó.
	- Giấy có vẽ hoa.

HÀ HUYỀN CHI
Tên thật Đặng Trí Hoàn
Sinh ngày 21/12/1935 tại Bắc Việt.

VẪN CÒN ĐÓ

khi bất hạnh phơi đầy trên mặt báo
khi loài người đã giấu kín lương tâm
khi lẽ phải nằm trong tay cường bạo
thì biển đông là địa ngục tối tăm

vẫn còn đó những con thuyền mục nát
những con người bầm dập vỡ niềm tin
vẫn còn đó biển vô tình tàn ác
nhiều xác người tan tác giữa trời quên

vẫn còn đó nụ cười điên hải tặc
những mũi dao đâm lút thịt da tươi
những thô bạo trên ê chề thể xác
bao hồn trinh thảm thiết khóc thương đời...

sau đầy ải chín mươi tầng hỏa ngục
hãy vì đời, xin tiếp tục đấu tranh
lũ bò sát có gì ngoài nọc độc
ta còn gì để mất nữa đâu anh?

(Thơ Văn Việt Nam Hải Ngoại (nhiều tác giả), Sông Thu,
California, USA., 1985, tr. 56-57.)

CHÚ THÍCH

Bất hạnh: *Bất: chẳng. Hạnh: may.*
- Không may.

Cường bạo: *Cường: mạnh. Bạo: hung tợn.*
- Kẻ hung dữ, mạnh mẽ

Thô bạo: *Thô: xấu, cộc cằn. Bạo: hung dữ.*
- Cộc cằn và hung dữ.

Hỏa ngục: *Hỏa: lửa. Ngục: nhà giam.*
- Nhà giam nóng như lò lửa.

Đày ải: *Đày: đưa đi xa để trị tội, không cho ở nơi quê quán.*
- Đày đi.
Nghĩa rộng: làm cho cực nhọc, khổ sở.

NHƯ CHI
Tên thật Lê Thị Hiền
Sinh năm 1956 tại Sài Gòn.

THẮC MẮC

Biển khơi nhớ sóng
Thuyền nhớ nước trôi
Hướng dương nhớ nắng
Đêm nhớ mặt trời

Vầng mây nhớ gió
Rừng nhớ giọng chim
Sương chiều nhớ cỏ
Anh còn nhớ em?

(Thơ Hiền, Văn Nghệ, California, USA., 1986, tr. 32.)

CHÚ THÍCH

Hướng dương: *Hướng: quay về, ngoảnh về. Dương: mặt trời.*
— Xoay theo mặt trời.
Biển khơi: *Biển: bể. Khơi: giữa biển, xa bờ.*
— Phần biển ở xa bờ.

NGUYỄN HẢI HÀ

Sinh ngày 13/03/38.

HÉ CÁNH TÂM TƯ

Cám ơn em nhắn thầm thăm hỏi
Lòng luyến lưu thực quí vô ngần
Ngày tháng cũ rủ nhau qua rất vội
Sân trường xưa giờ cỏ mọc, rêu phong?

Từ lâu lắm thầy không còn biết nữa
Cảnh năm nao chắc hẳn đổi thay nhiều?
Như em hiểu, khi xoay triều lịch sử
Bao đường quen nẻo thuộc bỗng tiêu điều

Giông bão nổi xô sóng người phiêu giạt
Biển chập chùng. Đâu cõi tạm bình yên?
Lời em nhắc nghe thương mùi phấn bảng
Thuở học trò áo trắng, mộng trinh nguyên

Thầy cũng chưa quên những mái đầu thơ dại
Chung ghế bàn, chung kỷ niệm vui, buồn
Hơn một lần giúp các em tìm định hướng
Nhưng đời thầy: bóng xế lạc mù sương!

19/8/88
(Tàn Phai (thơ), Học Thuật, California, USA., 1997, tr. 26.)

CHÚ THÍCH

Luyến lưu: *Lưu: giữ lại. Luyến: nhớ nhung.*
- Lòng thương mến nên muốn gần gũi nhau mãi mãi.

Vô: *không*

Ngần (ngằn): *chừng mực.*

Phong: *đóng kín, đậy kín.*

Tiêu điều: *Lặng lẽ, vắng vẻ.*

Phiêu giạt: *Phiêu: lêu bêu, trôi nổi, lênh đênh. Giạt: tạt, lạc, trôi vất vưởng không phương hướng.*
- Trôi lênh đênh không định hướng.

Trinh nguyên: *Trinh: trong trắng. Nguyên: đầu, tròn vẹn, toàn vẹn.*
- Trong trắng vẹn toàn.

THÁI TÚ HẠP

Sinh ngày 04/04/1940 tại Hội An, Quảng Nam.

NGỌN QUẾ VIỄN PHƯƠNG

ra vườn hái ngọn quế thơm
nghe lòng nhớ mẹ chiều hôm cuối ngàn
gió lay ngọn cải hoa vàng
tưởng em áo lụa Hội An thuở nào
trăm nghìn phố lạc hương sao
hỏi ra cố quận chiêm bao lối về
đời như huyễn hoặc cơn mê
quế thơm hồn giữ tình quê thắm nồng

*(Hạt Bụi Nào Bay Qua (thơ), Sông Thu, California, USA.,
1995, tr. 103.)*

CHÚ THÍCH

Ngàn:	*núi rừng.*
	(nghìn): 1,000
Hội An:	*tên một thành phố cổ, ở phía nam Đà Nẵng và cách thành phố này khoảng 30km.*
Cố quận:	*Cố: cũ. Quận: một khu vực lớn bằng phủ, huyện.*
	- Như cố hương: quê hương xưa, nơi sinh trưởng.
Huyễn hoặc:	*Huyễn: không thật. Hoặc: lừa dối.*
	- Làm cho người ta hiểu lầm.
	- Lừa gạt bằng thủ đoạn.

TRẦN THIỆN HIỆP
Sinh tại Biên Hòa.

TÔI NGẢ NÓN CHÀO

Gửi anh chị nạn nhân trại tù "cải tạo"
đã đến với tự do

Chào anh mới đến phương này
Tự do tìm được, đọa đày lánh xa
Ngàn đêm mộng dữ đã qua
Tin yêu đang chớm nụ hoa trong lòng

Chào anh nhẹ bước thong dong
Phố người bỡ ngỡ, cộng đồng chưa quen
Ngập ngừng giữa cảnh đua chen
Nhưng đang cố gắng làm quen chốn này

Chào anh phố vịnh đồi mây
Cỏ hoa nồng thắm, ngàn cây chuyển mình
Tỉnh sương thở gió bình minh
Vươn vai anh lại thấy mình là ta

Chào anh rũ áo phong ba
Bến vui thuyền đậu, đậm đà có nhau
Trước, sau vẫn nghĩa đồng bào
Lạ, quen rồi cũng tiếng chào Việt Nam

Chào anh tay xiết bàn tay
Nói lời kính phục lòng này cảm thông
Tự do trả giá lưu vong
Chúng ta chung phận, chung dòng đau thương

Chào anh ngẩng mặt can trường
Với quê anh giữ trọn đường thủy chung
Đổi đời gẫy kiếm rơi cung
Cắn răng anh sống tận cùng nỗi đau

Chào anh tôi đứng thẳng chào
Trong tình huynh đệ thuở nào cờ bay

(Đặc san "Ngàn Thông", USA., 30/4/1993, tr. 30.)

CHÚ THÍCH

Cộng đồng: *Cộng: chung. Đồng: cùng.*
- Cùng chung với nhau.
Bình minh: *Bình: đều. Minh: sáng.*
- Khi trời đã sáng đều khắp mọi nơi.
Phong ba: *Phong: gió. Ba: sóng.*
Nghĩa bóng: vất vả, nguy hiểm như chiếc thuyền bị sóng gió.
Đồng bào: *Đồng: cùng, chung. Bào: màng ối.*
- Anh em cùng cha, cùng mẹ.
- Người trong một nước (cũng gọi là đồng bào, vì coi nhau như anh em cùng cha, cùng mẹ).
Cảm thông: *Cảm: xúc động. Thông: suốt, hiểu rõ.*
- Hiểu rõ một vấn đề, người này cùng cảm xúc một hiểu biết, một ý nghĩ với kẻ khác.

Can trường: *Can: gan. Trường: ruột.*
Nghĩa bóng: có khí phách, can đảm.
Thủy chung: *Thủy: đầu. Chung: trọn, chết, sau chót.*
- Việc gì có trước, có sau.

LUÂN HOÁN

Tên thật Lê Ngọc Châu
Sinh ngày 10/01/1941 tại Hội An, Quảng Nam.

VIẾT

vẽ tâm
vẽ dạng
vẽ đời
từ sinh đến diệt
treo chơi
mấy ngày?

móc tôi lên nhánh chữ này
một giây cũng quí
nửa giây cũng mừng
đu đưa giữa cõi vô cùng.

(Cỏ Hoa Đầu Gió (thơ), Sóng Văn, Florida, USA., 1997, tr.
10-11.)

CHÚ THÍCH

Tâm:　　　*quả tim, tấm lòng.*
Dạng:　　　*hình dáng.*
Diệt:　　　*làm cho mất, giết chết.*
　　　　　　　- Mất đi, chết.

VŨ QUỲNH HƯƠNG
Tên thật Nguyễn Vũ Quỳnh Hương
Sinh năm 1957 tại Huế.

TRĂNG HALF MOON BAY

Trăng Half Moon Bay làm anh nhớ thương
Những dòng sông trải lụa tới thiên đường
Những lòng thuyền neo bến chờ thinh vắng
Áo lụa em vàng hơn xiêm áo trăng

Những con trăng ở đậu lúc xuân thì
Đợi em về ngủ mộng giữa bờ mi
Cửa thanh xuân khép nhẹ chờ trăng tới
Trăng mặn nồng cúi hôn niềm phân ly

Trăng Half Moon Bay tình yêu xứ này
Thắp sương mù nhẹ mỏng tà váy bay
Phấn son thơm vây ảo lòng thiếu nữ
Buồn lặng ở bên trời không ai hay…

(Canh Thức Cùng Thơ Mộng (thơ), Lũy Tre Xanh, California, USA., 1996, tr. 19.)

CHÚ THÍCH

Half Moon Bay: *tên một vịnh ở phía nam San Francisco, thuộc California.*

Thiên đường: *Thiên: trời. Đường: nhà.*

- Theo các đạo giáo, những kẻ làm điều thiện, sau khi chết, được lên thiên đường, nếu làm điều ác sẽ bị xuống địa ngục. Thiên Chúa giáo dùng chữ thiên đường cũng như Phật giáo dùng chữ niết bàn.

Xiêm: *củn, váy, vật che hạ bộ.*

- Xiêm áo như quần áo (tiếng xưa).

Xuân thì: *Xuân: mùa xuân. Thì: thời, thuở, trong một lúc nào đó.*

Nghĩa bóng: thời trẻ trung.

Thanh xuân: *Thanh: xanh. Xuân: mùa xuân.*

Nghĩa bóng: tuổi trẻ.

Thiếu nữ: *Thiếu: trẻ. Nữ: con gái.*

- Con gái trẻ tuổi chưa chồng.

DU TỬ LÊ

Tên thật Lê Cự Phách
Sinh năm 1942 tại Bắc Việt.

LƯU VONG KHÚC

và đ. nguyên, bình, oánh

khi không mở trúng bài thơ cũ
giữa lúc lòng ta úng thủy triều
chợt nghe đau những đời đang xế
chữa thẹn: - xoàng thôi chuyện biệt ly

thương bạn lòng sao còn mẫn cảm
năm tàn. Tháng tận. Có sao đâu
sử xanh nào phải nơi cư ngụ
riêng xác thân rồi tan huyệt sâu

thế sự như gai đầy mắt bạn
ngược xuôi ta cũng thốn tâm can
núi sông có đó mà luân lạc
cứ gì phơi cật mới quan san?...

(Đi Với Về Cùng Một Nghĩa Như Nhau (thơ), Văn Học Nhân Chứng, California, USA., 1992, tr. 109.)

CHÚ THÍCH

Ứng thủy:	*Ứng: lấp, ngăn chặn. Thủy: nước.*
	- Nước đọng, không thông đi các ngả được.
Biệt ly:	*Biệt: chia ra. Ly: lìa.*
	- Chia lìa.
Mẫn cảm:	*Mẫn: thông minh, lẹ làng. Cảm: nhận biết.*
	- Nhận biết một cách lẹ làng.
Luân lạc:	*Luân: chìm đắm. Lạc: rơi.*
	Nghĩa bóng: Lâm vào cảnh khổ cực.
Quan san:	*Quan: cửa biên giới. San: núi.*
	- Cửa ải và chốn núi non.
	Nghĩa bóng: nơi xa xôi cách trở.

TRỊNH GIA MỸ
Sinh năm 1953 tại Sài Gòn.

CÔ BÉ VIỆT NAM

Này cô bé Việt Nam
Chân mang đôi hài thấp
Cổ đeo chiếc vòng kiềng
Mặc áo dài tà Bắc
Tóc lưng dài buông nghiêng
Dáng điệu chừng hấp tấp
Dừng chân tôi hỏi đôi lời
Đi đâu mà phải vội?

Khi tưởng tới Việt Nam
Có gì cô nhớ nhất?
- Tiếng trống rộn sân trường
Thời vô tư đã mất
Bầy con gái khác thường
Nhảy lò cò trên đất
Màu phượng đỏ vương vương
Trong ánh chiều đã khuất

Khi nhắc đến Việt Nam
Có gì cô nhớ nhất?
- Con đường xưa nhà Ngoại
Hàng dâm bụt trước nhà
Tiếng mưa đều trên mái
Giọng hát ầu ơ xa
Mảnh vườn cây sai trái
Chim bướm dập dìu qua...

(Yêu Em, Mùa Xuân (thơ), Việt Publications, Canada, 1988, tr. 48-48.)

CHÚ THÍCH

Vô tư: *Vô: không. Tư: lo lắng.*
                - Không có điều gì lo lắng.
Sai: *có nhiều: cây sai trái (cây có nhiều quả).*
Dập dìu: *đông, nhiều, qua lại liền liền.*

THANH NAM

Tên thật Trần Đại Việt
(26/8/1931 – 02/06/1985).

THƠ XUÂN ĐẤT KHÁCH

Gởi Viên Linh

Tờ lịch đầu năm rớt hững hờ
Mới hay năm tháng đã thay mùa
Ra đi từ thuở làm ly khách
Sầu xứ hai xuân chẳng đợi chờ
Trôi dạt từ Đông sang cõi Bắc
Hành trình trơ một gánh ưu tư
Quê người nghĩ xót thân lưu lạc
Đất lạ đâu ngờ buổi viễn du...
Ới hỡi quê hương bè bạn cũ
Những ai còn mất giữa sa mù
Mất nhau từ buổi tàn xuân đó
Không một tin nhà, một cánh thư
Biền biệt thời gian mòn mỏi đợi
Rối bời tâm sự tuyết đan tơ
Một năm người có mười hai tháng
Ta trọn năm dài một Tháng Tư!

Chấp nhận hai đời trong một kiếp
Đành cho giông bão phũ phàng đưa
Đầu thai lần nữa trên trần thế
Kéo nốt trăm năm kiếp sống nhờ
Đổi ngược họ tên cha mẹ đặt
Tập làm con trẻ nói ngu ngơ
Vùi sâu dĩ vãng vào tro bụi
Thân phận không bằng đứa mãng phu
Canh bạc chưa chơi mà hết vốn
Cờ còn nước đánh phải đành thua
Muốn rơi nước mắt khi tàn mộng
Nghĩ đất vô cùng giá Tự Do!

(Đất Khách (thơ), Tin yêu, Washington, USA., 1983. tr.13-14.)

CHÚ THÍCH

Ly khách: *Ly: lìa, rẽ ra. Khách: người khách.*
              - Dùng để chỉ một hạng người nào đó.

Hành trình: *Hành: đi. Trình: đi đường.*
              - Một quãng đường phải đi.

Lưu lạc: *Lưu: chảy. Lạc: rụng.*
              - Trôi nổi nơi này, nơi khác, như nước trôi, hoa rụng.

Viễn du: *Viễn: xa. Du: chơi.*
              - Đi chơi xa.

Tháng Tư: *Tháng Tư 1975*

Phũ phàng: *Khe khắt, ác nghiệt.*

Mãng phu: *Mãng: thô lỗ. Phu: người đàn ông, người chồng.*
              - Người đàn ông lỗ mãng.

VÔ NGÃ
Tên thật Phạm Khắc Hàm
Sinh năm 1928 tại Ninh Bình, Bắc Việt.

GỐI GỐC MAI

Hoa bướm ngàn năm
sương khói bay;

Ngàn năm gió bãi
lạnh trăng gầy.

Ngàn năm suối biếc
xôn xao vọng,

Ta vẫn ngàn năm
gối gốc mai...

Santa Ana 11-6-82
(Gối Gốc Mai (thơ), Nam Phong, California, USA., 1984,
tr. 33.)

CHÚ THÍCH

Xôn xao: *ồn ào, nhộn nhịp.*
Vọng: *dội lại, vang lại.*

ĐỊNH NGUYÊN
Tên thật Nguyễn Đình Định
Sinh ngày 14/04/1942 tại Hải Dương, Bắc Việt.

RẤT THƠ

Thơ của tôi là chuyện rất... thơ
Con chim trốn nắng dưới hiên chùa
Trộm nhìn thương quá đôi môi Phật
Nó hát một mình giữa buổi trưa...

Thơ của tôi là chuyện rất... thơ
Chim quyên mê trái nhãn đầu mùa
Người quen khác họ nên thương nhớ
Chung ngõ tre đan cứ hững hờ.

Thơ của tôi là chuyện rất... thơ
Nhủ lòng có lẽ nhớ vu vơ
Hoa cau, hoa bưởi vườn bên rụng
Hà cớ chi mình lại ngẩn ngơ?

Thơ của tôi là chuyện rất... thơ
Hay là thơ dại đã tương tư?
Trách cây bông lý vườn bên ấy
Hay gởi hương về gió lẳng lơ.
10/88

(Quê Hương, Văn Nghệ, California, USA., 1989, tr. 32-33.)

CHÚ THÍCH

Phật:	*Phật đà, gọi tắt, tức giác, một bậc tu hành đã đắc đạo, thấu suốt cả sự lý trong vũ trụ, linh hồn đã vào cõi niết bàn, không còn đầu thai theo thuyết luân hồi nữa.*
Hiên:	*mái nhà nối thêm.*
Tương tư:	*Tương: cùng. Tư: tưởng nhớ.*
	- Cùng tưởng nhớ nhau.

HOÀNG CHÍNH NGHĨA

Bút hiệu Lê Bi
Sinh năm 1949 tại Thái Bình, Bắc Việt.

TỰ NGÔN

Ta ngồi ì một chỗ
Ta có thể ngồi một chỗ nhiều tiếng đồng hồ
liền như một cục đá chán đời
Ai hỏi tên ta là gì
Ta hết sức phân vân
Bởi vì những cái tên thì không là cái gì
Ta là vậy nhưng mà không phải vậy
Ai hỏi ta ở đâu
Ta cũng không dám chắc chắn
Bởi lúc nào ta cũng sắp sửa ra đi đến nơi
Ai hỏi ta bao nhiêu tuổi
Ta không bao giờ đeo đồng hồ
Thực sự thì đôi khi ta trẻ con như mới 10 tuổi
Và đôi khi lại già nua như sống dai tới 90 tuổi đầu
Ai vỗ vào vai ta
Ta rớt xuống không biết tới đâu
Hóa thành một tên khật khùng ương ương dở dở
Thỉnh thoảng có làm thơ
Và đi làm báo chùa

Cả hai thứ này đều là một thứ nghề nghèo đói quanh năm
Có mấy anh bạn đứng đắn
Đã khuyên ta đi học một nghề khác kiếm tiền vững chãi
Rồi cưới đỡ một con vợ thử thay đổi đời sống xem sao
Rồi bỏ làm thơ cho bớt đói
Nhưng chắc hàng chục năm nữa ta vẫn khật khùng như thế
Bởi không cưới vợ nổi thì âu là số mệnh
Và đói thì đói
Thơ vẫn bâng khuâng bàn tay năm ngón

(Tuyển Tập Thi Ca 1975-1977 (nhiều người viết), Bố Cái, Washington, USA., 1978, tr. 99.)

CHÚ THÍCH

Phân vân: *Phân: lẫn lộn. Vân: tạp loạn.*
- Chưa quyết định được.

Khật khùng: *Khật: khù khờ, ngây dại. Khùng: hơi điên, bắt đầu loạn trí.*
- Ngây dại và có vẻ điên.

Số mệnh: *Số: vận mệnh con người. Mệnh: những gì trời đã định sẵn cho người.*
- Những gì thượng đế đã an bài cho cuộc sống mỗi người.

Báo chùa: *Chùa (tiếng lóng): không có gì, không công.*
- Báo phát không.

BẮC PHONG
Tên thật Kiều Duy Phong
Sinh tại Bắc Việt.

CHÚNG TÔI VIẾT

Ý Joseph Brodsky

Trước mũi súng độc tài chuyên chính
Chúng tôi viết phản kháng đương đầu
Dù bị đe dọa cầm tù tra tấn
Ngôn ngữ chúng tôi tranh đấu cao rao

Trước phiên xử chúng tôi không cúi mặt
Không biện hộ cãi tội kêu oan
Chúng tôi đứng thẳng ngẩng đầu thách đố
Những cáo buộc từ công lý ngụy trang

Bị cướp giấy bút chúng tôi truyền miệng
Những gì ghi trong óc trong tim
Càng bị đàn áp càng thêm sức bật
Những thơ văn tố giác bạo quyền

Chúng tôi viết cho mình cho tổ quốc
Vì không muốn làm đồng lõa nín câm
Vì bổn phận phải phơi trần tội ác
Vì trách nhiệm cần đánh thức lương tâm...

(Thơ Văn Hải Ngoại năm 2000 (nhiều tác giả), Văn Mới,
California, USA., 2000, tr. 27.)

CHÚ THÍCH

Độc tài: *Độc: một mình. Tài: quyết định.*
- Người cầm đầu cả một nước có quyền lực tuyệt đối trong khi quyết đoán công việc.

Chuyên chính: *Chuyên: giành quyền một mình. Chính: chính thể.*
- Một chính quyền do một hay nhiều giai cấp lập ra để trấn áp các giai cấp khác.

Phản kháng: *Phản: trở lại. Kháng: chống cự.*
- Chống lại.

Biện hộ: *Biện: tranh luận để cho rõ phải trái. Hộ: giúp đỡ.*
- Tranh luận giúp cho một người nào.

Ngụy trang: *Ngụy: dối trá. Trang: quần áo, trang sức.*
- Làm cho bên ngoài khác đi để đánh lừa.

Bạo quyền: *Bạo: hung tợn. Quyền: thế lực.*
- Thế lực cầm quyền hung bạo

Đồng lõa: *Đồng: cùng chung. Lõa: bọn.*
- Cùng một bọn với nhau.

ĐẰNG PHƯƠNG

Tên thật Nguyễn Ngọc Huy.
Sinh năm 1924 tại Nam Việt Nam.
Mất ngày 28/07/1990 tại Paris.

ANH HÙNG VÔ DANH

Tặng những chiến sĩ vô danh
tranh đấu cho Tổ Quốc

Họ là những anh hùng không tên tuổi
Sống âm thầm trong bóng tối mênh mông,
Không bao giờ được hưởng ánh quang vinh,
Nhưng can đảm và tận tình giúp nước.
Họ là kẻ tự nghìn muôn thuở trước
Đã phá rừng, xẻ núi, lấp đồng sâu
Và làm cho những đất cát hoang vu
Biến thành một giải san hà gấm vóc...

Họ là kẻ anh hùng không tên tuổi
Trong loạn ly như giữa lúc thanh bình
Bền một lòng dũng cảm, chí hy sinh
Dâng đất nước cả cuộc đời trong sạch.
Tuy công nghiệp không ghi trong sử sách,

Tuy bảng vàng bia đá chẳng đề tên,
Tuy mồ hoang xiêu lạc dưới trời quên
Không ai đến khấn nguyền dâng lễ vật,
Nhưng máu họ đã len vào mạch đất,
Thịt cùng xương trộn lẫn với non sông.
Và anh hồn chung với tấm tinh trung
Đã hòa hợp làm linh hồn giống Việt.

(Hồn Việt (thơ), Thanh Phương, California, USA., 1985, tr. 85-86.)

CHÚ THÍCH

Vô danh: *Vô: không. Danh: tên tuổi.*
- Không có tiếng tăm; Không ai biết đến tên tuổi.

Quang vinh: *Quang: rực rỡ. Vinh: vẻ vang.*
- Rực rỡ vẻ vang.

Tận tình: *Tận: hết sức. Tình: lòng yêu mến giữa hai người.*
- Đem tất cả mối tình đối với ai.

San hà: *San (sơn): núi. Hà: sông.*
Nghĩa bóng: đất nước, quốc gia.

Dũng cảm: *Dũng (dõng): mạnh. Cảm: dám (làm).*
- Mạnh mẽ, dám làm.

Tinh trung: *Tinh: cái gì thuộc về phần linh hồn, tốt đẹp, thông suốt. Trung: hết lòng với đất nước.*
- Linh hồn trung trực, thiêng liêng.

CAO TẦN
Tên thật Lê Tất Điều
Sinh ngày 02/08/1942 tại Hà Đông, Bắc Việt.

CẢM KHÁI

Trong ví ta này chứng chỉ tại ngũ
Mất nước rồi còn hiệu lực hơi lâu
Chiều lưu lạc chợt thương tờ giấy cũ
Tái tê cười: giờ gia hạn nơi đâu?

Trong ví ta này một thẻ căn cước
Hình chụp ngay đơ rất mực cù lần
Da nhợt nhạt như bị đời nhúng nước
Má hóp vào như cả tháng không ăn.

Mười tám tuổi thành công dân nước Việt
Tên chụp hình làm ta xấu như ma
Thằng khốn nạn làm sao mà nó biết
Ta sẽ thành dân mất nước tan nhà…

Hai mươi tuổi ta đi làm chiến sĩ
Bước giày đinh lạng quạng một đời trai
Vừa đánh giặc vừa lừng khừng triết lý
Nhưng thằng này yêu nước chẳng thua ai.

Hình căn cước anh nào mà chẳng xấu
Tên chụp hình như một lão tiên tri
Triệu mặt ngây ngô bàng hoàng xớn xác

Cùng đến một ngày gẫy đổ phân ly

Nhìn hình chim in trên tờ chứng chỉ
Chợt nhớ câu thơ gẫy cánh đại bàng
Ngàn lẫm liệt tan trong chiều rã ngũ
Muôn anh hùng phút chốc hóa lang thang

(Thơ Cao Tần, Tin Yêu, Washington USA., 1987, tr. 41-42.)

CHÚ THÍCH

Chứng chỉ:	*Chứng: bằng cớ. Chỉ: giấy.*
	- Giấy tờ để chứng minh một việc gì.
Hiệu lực:	*Hiệu: có tác dụng, ảnh hưởng. Lực: sức.*
	- Năng lực của một việc làm hiện đang còn kết quả.
Gia hạn:	*Gia: thêm. Hạn: thời gian đã ấn định sẵn.*
	- Cho thêm thời gian.
Cù lần:	*Giống khỉ có cử động chậm chạp.*
	Lóng: ngù ngờ, chậm chạp.
Lạng quạng:	*lảo đảo, không vững chắc.*
Tiên tri:	*Tiên: trước. Tri: biết.*
	- Biết trước.
Phân ly:	*Phân: chia. Ly: lìa.*
	- Chia lìa.
Đại bàng:	*Đại bằng điểu.*
	- Chim bằng, một giống chim to, bay đi rất xa.
Lẫm liệt:	*Lẫm: lạnh. Liệt: lạnh.*
	- Rất lạnh.
	Nghĩa bóng: Bộ dạng làm cho kẻ khác khi trông thấy vừa run sợ, vừa kính trọng.

TRẦN MỘNG TÚ

Sinh ngày 19/12/1943 tại Hà Đông, Bắc Việt.

MÁI KHÔNG

Lên chùa
chạm phải dây chuông
ngàn con chim nhỏ
trong hồn
vụt
bay

Mặt trời
rung
vỡ
đầy tay

Ngó ra
sương vẫn
phủ
dầy
phương đông

Tìm chuông
chỉ thấy
mái
không

Đêm qua
ai chở
qua
sông
mất rồi!
Tháng Ba 1992

(Để Em Làm Gió (thơ), Thế Kỷ, California, USA., 1996, tr.
63.)

CHÚ THÍCH

Phủ: *che lên, chụp lên.*
Không: *trống rỗng.*

Cửa không: *"Có như chẳng có"*
                -[SẮC bất dị KHÔNG, KHÔNG bất dị SẮC (Phật)]
                (Có chẳng khác không, không chẳng khác có.)
                -Kià trông bóng nguyệt dòng sông
                 Ai hay không, có. Có, không là gì…[tác giả?]
                -Cửa Phật, cửa chuà.
Mái không *-Mái chuà.*

NGUYỄN CHÍ THIỆN

Sinh ngày 27/02/1939 tại Hà Nội, Bắc Việt.

KHÔNG CÓ GÌ QUÝ HƠN ĐỘC LẬP TỰ DO

Không có gì quý hơn độc lập tự do
Tôi biết nó, thằng nói câu đó.
Tôi biết nó, đồng bào miền Bắc này biết nó
Việc nó làm, tội nó phạm ra sao...

Ôi đó, thứ độc lập không có gì quý hơn của nó
Tôi biết rõ, đồng bào miền Bắc này biết rõ
Việc nó làm, tội nó phạm ra sao
Nó là tên trùm đao phủ năm nào
Hồi cải cách đã đem tù, đem bắn
Độ nửa triệu nông dân, rồi bảo là nhầm lẫn!
Đường nó đi trùng điệp bất nhân
Hầm hập trời đêm nguyên thủy
Đói khổ dựng cờ đại súy
Con cá lá rau nát nhầu quản lý
Tiếng thớt, tiếng dao vọng từ hồi ký
Tiếng thở lời than đan họa ụp vào thân
Nó tập trung hàng chục vạn ngụy quân
Nạn nhân của đường lối "khoan hồng chí nhân" của nó
Mọi tầng lớp nhân dân bị cầm chân trên đất nó

Tự do, không thời hạn đi tù!
Mắt nó nhìn ai cũng hóa kẻ thù
Vì ai cũng đói mòn nhục nhằn cắn răng tạm nuốt
Hiếm có gia đình không có người bị nó cho đi suốt
Đất nó thầm câm cũng chẳng được tha
Tất cả phải thành loa
Xa xả đêm ngày ngợi ca nó và Đảng nó
Đó là thứ tự do không có gì quý hơn của nó!

(Hoa Địa Ngục (thơ), Tổ Hợp Xuất Bản Miền Đông Hoa Kỳ, USA., 1996, tr. 258.)

CHÚ THÍCH

Nó: *ám chỉ Hồ Chí Minh, người đưa ra khẩu hiệu "Không có gì quý hơn độc lập tự do".*

Bất nhân: *Bất: chẳng. Nhân: lòng thương sót.*
- Không có tình người.

Nguyên thủy: *Nguyên: nguồn gốc. Thủy: đầu.*
- Nguồn gốc, từ lúc đầu.

Đại súy: *Đại: lớn. Súy: người đứng đầu quân lính.*
- Người cầm đầu quân đội.

Quản lý: *Quản: bao trùm, trông coi tất cả. Lý: chỉnh đốn.*
- Trông nom, chịu trách nhiệm toàn bộ công việc.

Ngụy quân: *Ngụy: dối trá. Quân: binh lính.*
- Binh lính phản loạn chống lại chính quyền hợp pháp.

Khoan hồng: *Khoan: rộng rãi. Hồng: to lớn.*
- Rộng rãi trong việc tha thứ tội lỗi cho kẻ khác.

Chí nhân: *Chí: rất. Nhân: người.*
- Người rất có đức độ.

NGUYỄN THỊ MINH THỦY

Sinh tại Biên Hòa.

CHỪNG ẤY ĐỦ

thơ chưa viết là bài thơ hay nhất
môi chưa hôn là môi mãi ngọt ngào
lời chưa nói là lời ru tẩm mật
tình chưa trao – tình lấp lánh muôn sao!

người hãy giữ chút lòng trong thinh lặng
để em mơ ngày ngũ sắc cầu vồng
để em mơ đêm nguyệt bạch vô cùng
để em mộng cuộc đời lừng nhã nhạc

người hãy tỏ mắt nhìn, chừng ấy đủ
tơ lòng em dư dệt thảm muôn màu
êm ái phủ suốt đường trần lỗ chỗ
em vui chân, đi những bước mộng du

người hãy đón hồn em trong giấc ngủ
chốn chiêm bao, nơi hò hẹn đôi mình
chốn chiêm bao ngày mãi mãi bình minh
đời với mộng, khác gì chăng, phù ảo?

*(Cõi Riêng (thơ), tác giả xuất bản, California, USA., 2000,
tr. 64-65.)*

CHÚ THÍCH

Nguyệt bạch: *Nguyệt: trăng. Bạch: sáng.*
- Trăng sáng.

Nhã nhạc: *Nhã: thanh cao. Nhạc: âm nhạc.*
Ngày xưa gọi là chính nhạc, tức tiếng nhạc ngay thẳng trái với loại nhạc dâm loạn.
- Nhạc cổ cử hành vào lúc cúng tế tại các miếu, đàn Nam Giao hay các cuộc yến ẩm trong triều.

Phù ảo: *Phù: nổi. Ảo: không thật.*
- Nổi trôi và không thật.

TRẦN HOÀI THƯ

Tên thật Trần Quý Sách
Sinh ngày 06/12/1942 tại Đà Lạt.

NGÀY ĐẦU TẠI MỸ

Chuyến Greyhound đã về trong mưa
Mưa ơi mưa ơi cả trời đông bắc
Tôi nói với em trăm lần đừng khóc
Sao lòng tôi mái dột ủ ê
Gia tài chúng ta: một chiếc va li
Mang tất cả cuộc đời xa xứ
Em yêu dấu, đây là xứ Mỹ
Gắng lên em để tới thiên đàng
Cứ tin cuối trời, miền đất bao dung
Không thù hận, không nhìn nhau chó sói
Em sẽ đến trồng lại giàn bông giấy
Sẽ trồng thêm một khóm bông trang
Để khi buồn thấy lại quê hương
Thắp lại cây nhang giữa trời đất khách

Chuyến Greyhound đã về trong mưa
Gia đình ba người dắt dìu tìm đất
Mưa ơi mưa ơi cả trời đông bắc
Biết nơi nào xóa kiếp lưu vong?

(Thơ Trần Hoài Thư, New Jersey, USA., 1998, tr. 117.)

CHÚ THÍCH

Greyhound:	*tên một công ty xe chuyên chở hành khách chạy đường dài.*
	(n.) loại chó to, gầy, chạy nhanh, thường dùng để chạy đua.
Va-li:	*mượn âm từ tiếng Pháp: valise (n.f)*
	- Cái xách tay có hình chữ nhật.
Bao dung:	*Bao: trùm lên. Dung: tha thứ.*
	- Đại độ, có lòng tha thứ, bao bọc kẻ khác.

NGUYỄN BÁ TRẠC
Sinh năm 1942 tại Huế.

XUÂN VỀ TRÊN ĐẢO BIĐÔNG

Đêm giao thừa
bẩy ngàn người đập vách tôn thay pháo
Tiếng vui mừng
xen lẫn buồn lo
Cơn ác mộng qua chưa
Mùa Xuân tới bao giờ?
Nhưng sau Tết sẽ ra sao
sẽ đi đâu
Đời tha hương vẫn những chuyến tàu
chờ đợi bao lâu?

Khi Tết đến
vết thương mưng mủ
Vết thương đời / mãi chẳng mọc da
Đạn vẫn nổ trong tim người
trong tim lịch sử
trên linh hồn / trên máu xương người lính cũ
Mảnh tâm tình tan tác trời xa
Những niềm đau như nứa tuốt thịt da...

Bé gái mười hai
mang thai hải tặc
Bé trai mười một đội vành khăn trắng
Mắt con thơ đẫm lệ

Tìm bóng cha chỉ thấy sóng bạc đầu
Cháu ơi
hãy xếp vành khăn lại
Một mai đây mang tới phương nào

Đêm giao thừa
bẩy ngàn người đập vách tôn thay pháo
Tiếng vui mừng
xen lẫn buồn lo
Cơn ác mộng qua chưa?
Mùa Xuân đã tới tự bao giờ?

Vui như Tết / nụ cười vẫn nở
Nỗi đau buồn đem giấu giữa trăng sao
Đêm hôm nay / gió muôn trùng họp mặt
Đưa những thân dừa vươn ngọn tới trời cao
(Pulau Bidong, 2/1988)

*(Ngọn Cỏ Bồng toàn tập, tác giả xuất bản, California, USA.,
1995, tr. 432-433.)*

CHÚ THÍCH

Giao thừa:	*Giao: trao cho. Thừa: nhận lấy.*
	- Năm cũ giao lại, năm mới tiếp nhận lấy.
	Đêm giao thừa là đêm năm mới, năm cũ gặp nhau.
Ác mộng:	*Ác: hung tợn, xấu xa. Mộng: những gì thấy trong lúc ngủ mê.*
	- Chiêm bao toàn những chuyện xấu xa hung dữ.
Tha hương:	*Tha: khác. Hương: làng mạc, thôn quê, quê nhà.*
	- Xứ khác, không phải quê quán của mình.

Tác giả NGỌN CỎ BỒNG toàn tập, Nguyễn Bá Trạc (có dấu x) và các thuyền nhân tại Malaysia. Hình chụp ngày 21/05/1988.

NGUYỄN MẠNH TRINH
Sinh năm 1949 tại Hà Nội, Bắc Việt.

CHUYẾN XE BUS VÀ KHÚC HÁT NGƯỜI LÍNH MÙ

Trang lịch sử đã dầy thêm lớp bụi
Ngăn kéo đời vùi kín mộ phần riêng
Và lãnh đạm chẳng còn người nhắc đến
Người trở về từ cuộc chiến lãng quên

Đôi mắt đục nhìn mỏi mòn kiếp khác
Dắt dìu nhau khập khiễng chuyến xe đời
Người thua trận phần thịt xương bỏ lạc
Trên ruộng đồng sầu quê mẹ rã rời

Chuyến xe vang lời thơ nào năm cũ
Nhắc chặng đường binh lửa lúc xa xưa
Khói mịt mù đường chiến tranh bụi phủ
Nghe bàng hoàng giọt nắng hắt giữa trưa

Tiếng thê thiết gọi địa danh quen thuộc
Thuở dọc ngang mê mải ngọn cờ bay
Cuộc thánh chiến gió muộn phiền thổi ngược
Dấu giầy buồn còn vết giữa sình lầy

Ơi tiếng hát nhớ những đời gục ngã
Ngồi chuyến xe sao vang vọng nỗi niềm
Âm thanh cao xoáy tròn tim gỗ đá
Thúc hồn người theo nhịp thở chưa quên

(Thơ Nguyễn Mạnh Trinh, Người Việt, California, USA., 1985, tr.144.)

CHÚ THÍCH

Mộ phần (phần mộ): *Mộ: mả. Phần: mả đất đắp cao lên.*
- Mồ mả.

Lãnh đạm: *Lãnh: lạnh. Đạm: nhạt.*
- Lạnh nhạt

Thê thiết: *Thê: lạnh lẽo, u buồn.*
- Rất buồn thảm.

Khập khiễng: *cà nhót, cách đi của người chân cao chân thấp: đi khập khiễng.*

NGU YÊN

Tên thật Nguyễn Hiền Tiên
Sịnh ngày 20/11/1952 tại Bình Định.

PHỐ VIỆT NAM

Phố Việt Nam tấp nập người qua lại
vang rộn ràng tiếng Việt hát khắp nơi
chốn tôi ở chỉ nghe toàn ngoại ngữ
về qua đây tìm lại chút quen đời.

Phố Việt Nam trông có khác phố Mỹ
hàng đồ khô thơm mùi vị đậm đà
tiệm bún phở bốc hơi đầy hương khói
quán cà phê nghe nhạc nhớ hương xa.

Lưu vong phố cũng đầy không khí cũ
cũng lôi thôi luộm thuộm rất dễ thương
cũng qua lại nhiều người đi làm cảnh
tà áo dài thêm đậm nét quê hương...

(Tựa Đề Ở Bên Trong (thơ), Văn Nghệ, California, USA.,
1987, tr. 29.)

CHÚ THÍCH

Ngoại ngữ: *Ngoại: nước ngoài. Ngữ: tiếng.*
- Tiếng nước ngoài.

Lưu vong: *Lưu: di chuyển. Vong: mất.*
- Từ bỏ chỗ mình ở mà đi tới một nơi nào đó.

Luộm thuộm: *lôi thôi, cẩu thả, không gọn, không vén khéo.*

TÔ THÙY YÊN
Tên thật Đinh Thành Tiên
Sinh năm 1938 tại Gò Vấp, Gia Định.

TA VỀ

Ta về cúi mái đầu sương điểm
Nghe nặng từ tâm lượng đất trời
Cám ơn hoa đã vì ta nở
Thế giới vui từ mỗi lẻ loi

Tưởng tượng nhà nhà đang mở cửa
Làng ta ngựa đá đã qua sông
Người đi như cá theo con nước
Trống ngũ liên nôn nả gióng mừng

Ta về như lá rơi về cội
Bếp lửa nhân quần ấm tối nay
Chút rượu hồng đây xin rưới xuống
Giải oan cho cuộc biển dâu này

Ta khóc tạ ơn đời máu chảy
Ruột mềm như đá dưới chân ta
Mười năm chớp bể mưa nguồn đó
Người thức nghe buồn tận cõi xa…

(20 Năm Văn Học Việt Nam Hải Ngoại 1975-1995, Đại Nam, California, USA., 1995, tr. 1574.)

CHÚ THÍCH

Điểm: *chấm tròn, chấm vào, tô điểm.*

Từ tâm: *Từ: hiền lành. Tâm: lòng.*
- Lòng lành, biết thương người.

Thế giới: *Thế: đời. Giới: đất đai nằm trong một khu vực.*
- Thế giới đồng nghĩa với vũ trụ.
Thế chỉ về thời gian, gồm có: quá khứ, hiện tại, tương lai.
Giới chỉ về không gian, gồm có các hướng: đông, tây, nam, bắc, đông nam, tây nam, đông bắc, tây bắc.
- Hoàn cầu: tiếng gọi chung các nước trên mặt đất.

Ngũ liên: *Ngũ: năm. Liên: nối tiếp, nối liền.*
- Trống đánh nối tiếp từng loạt năm tiếng.

Gióng: *đánh mạnh cho kêu to: gióng trống.*

Nhân quần: *Nhân: người. Quần: bầy.*
- Một số đông người. Gọi chung cả loài người.

Chớp bể mưa nguồn: *mưa to có sấm chớp.*
Nghĩa bóng: cơn loạn lạc.

VĂN

HỒ TRƯỜNG AN
Tên thật Nguyễn Viết Quang
Sinh năm 1938 tại Vĩnh Long, Nam Việt Nam.

QUÊ HƯƠNG

Quê hương bao kiếp trước. Quê hương kiếp này. Quê hương bao kiếp sau. Đó là chỉ nói đến quê hương trên cõi trần. Lại còn quê hương vào lúc "thác về" tức là cõi âm phủ. Thì ra con người có quê hương thật sự bao giờ đâu? Phải đi đi về về suốt qua hai cảnh giới. Hồi còn mạnh khỏe, còn hăng hái bán buôn, còn say mê cảnh sông hồ, chưa bao giờ ông nghĩ tới chuyện sống chết luân hồi. Nhưng lúc sức lực cạn vơi, và sau bao năm xuôi ngược trên sóng nước, tự dưng trong cõi sâu thẳm của tâm linh ông bỗng lóe ra một tia sáng bạc nhược, nhưng cũng đủ cho ông biết rằng: Ngay trên cõi tạm này là cõi trần gian, có mấy ai suốt đời ở một nơi cố định? Dù vui hay khổ về chuyện xê dịch, nhưng đến lúc già yếu, ai cũng phải tìm cho ra một chỗ "trụ". Chuyện đầu thai, chuyện luân hồi, dù chưa ứng nghiệm, dù tin hay không tin, nhưng ông đủ thấu hiểu rằng con người sinh ra đời chẳng phải là một tình nguyện, mà con người như một mảy lông ném vào cơn vận chuyển không ngừng nghỉ.

"Chồn cáo có hang, chim có tổ, con người khôn có chỗ gối đầu?" Đã bao lần ông Nhưn Giáp lập đi lập lại câu đó để rồi ngậm ngùi thương xót cho kẻ chết dọc đường, để rồi

thương cho lũ voi khi gần chết cố gượng sức lết về hang động của tổ tiên, đồng loại để gửi ngà gửi xương.

(Tuyển Tập Truyện Ngắn Hai Mươi Năm Văn Học Hải Ngoại 1975-1995, Văn Bút Tây Nam Hoa Kỳ, California, USA., 1995, tr. 265.)

CHÚ THÍCH

Thác về: *mượn ý từ câu "sinh ký tử quy".*
Sinh: sống. Ký: gởi. Tử: chết. Quy: về.
- "Sống gởi, chết về".
Quan niệm xem đời là cõi tạm. Chỗ ở đời đời là Niết Bàn hay Thiên Đàng. Vì vậy, sống không mừng, chết không sợ.

Âm phủ: *Âm: thuộc về người chết. Phủ: chỗ ở của các quan (của Diêm Vương).*
Nghĩa rộng: chỗ ở của người chết.

Cảnh giới: *Cảnh: bờ cõi, đất đai. Giới: ranh, phân cách, hạn.*
- Ranh đất giữa hai nước.
Nghĩa rộng: ranh giới giữa cõi sống và cõi chết.

Luân hồi: *Luân: bánh xe. Hồi: xoay, trở lại.*
- Xoay vần mãi mãi.
Theo quan niệm của Phật giáo: sinh vật chết rồi, vẫn còn đầu thai kiếp khác, mãi mãi như thế, đến bao giờ tu thành Phật mới hết.

Trần gian: *Trần: bụi. Gian: khoảng, cõi.*
- Cõi đời cát bụi (khác với cõi Tiên, cõi Phật).

Trụ (trú):   *dừng lại, ở một chỗ.*

Ứng nghiệm: *Ứng: đáp lại, phù hợp. Nghiệm: có công hiệu.*
- Có hiệu nghiệm, xảy ra phù hợp với lời nói trước.

NGUYỄN VĂN BA

Tên thật Thái Minh Kiệt
Sinh năm 1947 tại Sa Đéc, Nam Việt Nam.
Mất năm 1998 tại Canada.

LÀM MAI

Rạch Giá là một trong những tỉnh giàu có nhất miền Hậu Giang, trên có rừng sát, quê hương của cây tràm, cây đước, cây vẹt... Dưới biển nhiều cá tôm và hải sản quí như hải sâm, hải thảo, vi cá, đồi mồi... Rạch Giá vì lẽ ấy được gọi là đất của "rừng vàng biển bạc". Khai thác tài nguyên thiên nhiên từ biển và rừng là nghề chính của người dân địa phương, họ nói nôm na "phá sơn lâm, đâm hà bá".

Trai Rạch Giá là những người đi khai phá. Họ phá rừng, đánh cá để lập nghiệp. Bên trong những bộ ngực nở nang, cánh tay rắn chắc, bắp thịt cuồn cuộn, là những tâm hồn thật thà, đơn giản của những ngư phủ, những tiều phu. Lời tỏ tình của người con trai Rạch Giá vì những lẽ ấy cũng rất đậm đà tính khai phá và chân thật:

"Miễn bậu đành ừ
Qua chẳng từ lao khổ
Dẫu lên rừng tìm hổ
Hay xuống biển kiếm rồng
Trước sau giữ vẹn một lòng
Vào lòn ra cúi anh vẫn một lòng thương em"

Con gái Rạch Giá rất nhu mì, cả thẹn, quen với nề nếp gia đình nho phong, lễ giáo từ xưa, nên dù có thương ai ít khi dám tự quyết định, thế nên câu trả lời thường là rất dè dặt:

"Nay em còn cha còn mẹ, còn cô còn bác,
Nên em không dám tự tung tự tác một mình.
Anh có thương em, cậy mai dong đến nói,
Cha mẹ đành, em cũng sẽ ưng".

Với bối cảnh ấy, việc nhờ người mai mối trong hôn nhân ở Rạch Giá đến ngày nay vẫn còn rất phổ biến. Bà mai là nhịp cầu, là gạch nối giữa hai gia đình, là ân nhân, là niềm hi vọng của những đôi trai gái yêu nhau nhưng không muốn vượt qua vòng lễ giáo.

Bà Tám Tuấn ở Rạch Sỏi là một người làm mai rất mát tay. Đã từ lâu vợ chồng bà được mọi người đổi tên thành Bà Nguyệt Ông Tơ mà không cần có nồi chè. Có ít nhất ba chục cặp thanh niên nam nữ nên nghĩa vợ chồng do sự mối lái của bà. Rạch Sỏi là một ngã ba đường, là trạm dừng chân của khách từ muôn phương đến và đi, thế nên việc làm mai của bà Tám Nguyệt cũng mang tính chất liên tỉnh. Mấy ông chủ xe hàng, chủ vựa, mấy bà bạn hàng cá, khô, than, củi, vải vóc... từ Long Xuyên, Cần Thơ, Sài Gòn, Sa Đéc, Mỹ Tho... đến Rạch Sỏi mua bán rồi chọn dâu cho con.

"Trai khôn tìm vợ chợ đông
Gái khôn tìm chồng giữa chốn ba quân"
Bà Tám thường tuyên bố rất ngon lành:

- Con gái đất nầy được tui làm mai, nếu không là bà chủ vựa ở chợ Cầu Ông Lãnh Sài Gòn, chủ tiệm vải, tiệm hàng xén ở bến Ninh Kiều Cần Thơ, thì cũng là bà quan một, quan hai, bà đội, bà cai trong quân lực Việt Nam Cộng Hòa.

Thật vậy, từ khi căn cứ Tiền doanh Yểm trợ Tiếp vận, gọi tắt là căn cứ Hải Quân Rạch Sỏi được thành lập, bao gồm các giang đoàn 51 và 57, giang đoàn tuần thám, hải đội tuần duyên... thì bà Tám bận rộn ghê lắm. Lúc chễm chệ trên xe jeep, khi oai nghiêm trên khinh tốc đỉnh.

Những người lính thuộc binh chủng có tiếng hào hoa từ căn cứ, đưa đón, chiều chuộng bà như một thượng khách để nhờ tìm người sửa túi nâng khăn. Từ Sài Gòn trở vô, thành phố nào bà Tám Nguyệt cũng có "thân chủ" và mỗi khi vợ chồng bà đến thăm là cơ hội quí báu để họ đền ơn trả nghĩa…

(Làm Mai Lãnh Nợ Gác Cu Cầm Chầu, Bình Minh, Texas, USA., 1992, tr. 11-13)

CHÚ THÍCH

Sơn lâm: *Sơn: núi. Lâm: rừng.*
    - Núi rừng

Ngư phủ: *Ngư: đánh cá. Phủ: tiếng dùng để gọi người đàn ông một cách kính trọng.*
    - Ông già làm nghề đánh cá.

Tiều phu: *Tiều: đốn củi. Phu: người.*
    - Người đốn củi.

Nho phong: *Nho: đạo của Khổng Tử. Phong: lề thói.*
    - Nề nếp nhà nho.

Mai mối: *người làm mai, dắt mối cho hai đàng lấy nhau, hoặc mua bán với nhau.*

Ân nhân: *Ân: ơn. Nhân: người.*
    - Người đã thi ơn cho mình.

Ngon lành: *ngon miệng.*
Nghĩa rộng: bảnh, suôn sẻ.
Tuần thám: *Tuần: đi các nơi để xem xét. Thám: dò xét.*
- Đi các nơi để dò xét.
Binh chủng: *Binh: quân lính. Chủng: giống, loại.*
- Các loại quân lính: truyền tin, bộ binh...

PHẠM QUỐC BẢO
Bút hiệu Hà Quân, Hà Châu, Việt Linh…
Sinh năm 1943 tại Nam Định, Bắc Việt.

THẨM VẤN TÙ CẢI TẠO

Sau mấy tháng nghỉ ngơi, ăn không ngồi rồi, tôi lại bị kêu lên làm việc. Tên chấp pháp tôi kỳ này tuổi ngoài 50, hắn mặc bộ đồ bộ đội mới tinh, được may cắt rất vừa vặn với thân hình mập mạp. Cái nón bằng mủ đúc cũng để ngay ngắn trên bàn, nhưng không mang cấp bậc. Mở đầu, hắn hỏi sơ qua về lý lịch để xác quyết hồ sơ trên bàn trước mặt hắn là của tôi. Hắn gật gù ra chiều đắc ý, nói:

- Bây giờ anh đã biết rõ tội trạng của anh chưa?

- Nhờ ông chỉ bảo cho.

Mặt hắn đanh lại, lạnh lùng nhìn tôi:

- Để cho anh mười lăm phút suy nghĩ chín chắn nhá.

Nói xong, hắn lặng lẽ cúi xuống, ra vẻ chăm chú đọc tập hô sơ bìa đỏ của tôi. Từ xa, cách đó gần 2 thước, tôi chỉ nhìn thấy từng trang đen đặc những chữ giở qua giở lại, trên một tập giấy dầy cộm. Tôi đã vốn biết trước sau gì tình trạng tôi cũng bị xếp vào hàng phản động nhưng tôi muốn được chính hắn tiết lộ một vài điểm để có thể đo lường mức độ buộc tội của chúng.

Một lát sau, hắn coi đồng hồ tay, một chiếc Seiko 5 "không người lái" là một mơ ước của tất cả cán bộ cấp trung của Việt cộng trở lên:

- Nào. Anh tự giác chưa?

- Thực sự tôi có biết gì đâu!

- Anh ngoan cố cũng vô ích. Nguyên cái tội huấn luyện cả sư đoàn cho Ngụy để kéo dài chiến tranh giải phóng dân tộc, thống nhất đất nước. Nguyên tội đó, anh đáng xử bắn, anh biết không? Anh cần phải được học tập cải tạo lâu dài. Thôi, về đi.

Nói xong, hắn cúi xuống tập hồ sơ.

Trên đường trở lại phòng giam, quả thực tôi có bàng hoàng vì những danh từ đao to búa lớn đang vang động trong trí óc tôi: Chỉ riêng cái thời gian dạy học mà tôi đã được buộc tội như thế thì quả chúng đã đánh giá tôi cao hơn mức do tôi tưởng tượng đến. Tôi mỉm cười, tự nhủ thầm: "Té ra mình cũng không phải hạng mơ tép như mình vẫn thường nghĩ đấy nhỉ!"

(Cùm Đỏ, Người Việt, California, USA., 1985, tr. 62.)

CHÚ THÍCH

Lý lịch: *Lý: đạp lên, giẫm lên. Lịch: trải qua.*
                  - Lai lịch, tình trạng mỗi người về gốc gác, nghề nghiệp, dĩ vãng v.v...

Hồ sơ: *tập giấy tờ tài liệu thuộc chung lý lịch một người hay một việc.*

Đắc ý: *Đắc: được. Ý: điều mình suy nghĩ.*
                  - Làm một việc gì thích hợp với lòng mình.

Tội trạng: *Tội: phạm pháp. Trạng: tình trạng.*
- Tình trạng phạm tội.

Phản động: *Phản: chống đối, trái ngược. Động: chỉ việc làm.*
- Việc làm chống lại. Hành động chống lại.

"Không người lái": *(Tiếng lóng: tự động.)*

Tự giác: *Tự: chính mình. Giác: biết.*
- Chính mình biết lấy, xét và nhận ra.

Ngụy: *dối trá; đuổi người để lấn chiếm; giặc giã, loạn, phản lại chánh quyền,.*
- Sau khi chiếm được miền Nam, Việt cộng thường sử dụng từ:
- Ngụy quyền, khi nói về giới cầm quyền miền Nam.
- Ngụy quân, khi nói về quân lực Việt Nam Cộng Hòa.

Trại Pendleton 04/05/1985
KỶ NIỆM 10 NĂM TỴ NẠN
Nhà văn, nhà báo đem sách, báo đi tìm độc giả.
Từ trái sang phải: Nguyễn Hải Hà, Phạm Quốc Bảo, Bùi
Vĩnh Phúc, Nguyễn Mộng Giác.

NGUYỄN THỊ HOÀNG BẮC
Sinh năm 1942 tại Thị Nghè, Gia Định.

CAO SỐ

Sa giật mình gấp gáp choàng dậy với tiếng chó sủa, cùng tiếng móng vuốt cào cấu vào vách gỗ nghe bắt rợn người. Tiếng mở cửa lách cách phòng kế bên, cũng vẫn chủ nhà đi chơi khóa cửa nhốt chó trong nhà, lần trước nghe nói nhà trên lầu bị phạt trăm rưởi, không biết lần này bao nhiêu, thiên hạ bao nhiêu người vô tâm vô ý, thanh thản rong chơi cuộc đời! May cho tôi, bà hôm nay đã uống một liều thuốc an thần khá nặng nên còn đang ngủ mê man, chỉ có mẹ vùng dậy sợ hãi, nhìn sang giường bà, thấy bà đang ngủ ngon thì nét mặt mẹ bỗng dịu lại.

Sa chạy vào giường an ủi mẹ:

"Không có gì đâu, mẹ nằm xuống ngủ đi. Hàng xóm đi chơi bỏ quên chó trong phòng đấy mà!"

Mẹ nằm lại và Sa cũng ra phòng ngoài nằm. Sa hơi tiếc giấc mơ không thể hồi dựng. Tối nay, con mèo mướp tuổi thơ của Sa trở về thăm Sa. Giờ này, nó đã là một con mèo mẹ mượt mà, đuôi và lông láng mướt, và đã là mẹ của một bầy lau nhau năm con mèo con bé xíu mới sinh. Chắc bố nó là một con tam thể, nên chúng vừa giống bố vừa giống mẹ: Hai con màu vàng, hai con mướp và một con tam thể xinh nhất với bộ lông ba màu đen, vàng, trắng xen kẽ. Mèo mẹ nằm ung dung trải dài, vừa có vẻ mệt mỏi, vừa có vẻ thoải mái hài lồng, bày hai hàng vú đang căng mọng sữa cho lũ con bú. Những cái miệng hồng xinh xinh nhỏ xíu, cánh mũi cũng phập phồng màu hồng, lũ mèo con tranh nhau vú này, bỏ vú kia, mèo mướp mẹ can thiệp, khẽ dơ tay ra khoèo mỗi con một cái, ra dấu bảo chúng đừng ồn ào giành giật. Sa nằm xuống đất bên cạnh, ngây người ngắm mẹ con nó. Thú vật còn biết được hương vị đậm đà của tình mẫu tử, được sinh con, được nuôi con và được ôm ấp con trong vòng tay ấm áp, ép đầu con vào bộ ngực mềm mại của mình. Còn Sa, sao mãi mãi cô độc, khô khan cứng cỏi, như mỗi lần giận, mẹ vẫn bảo Sa có tướng canh cô mồ quả, có lấy chồng cũng không thể có con.

(Kéo Neo Mà Chạy, Văn Mới, California, USA., 1997, tr 136-137.)

CHÚ THÍCH

Thiên hạ: *Thiên: trời. Hạ: dưới.*
             - Dưới bầu trời.
             Nghĩa rộng: mọi người, loài người.

Vô tâm: *Vô: không có. Tâm: lòng.*
             - Không có lòng đối với một việc hay một người nào.

Vô ý: *Vô: không. Ý: điều mình suy nghĩ trong lòng.*
             - Không có ý làm điều gì.

An thần: *An: yên ổn. Thần: tinh thần.*
             - Tinh thần, trí não được yên ổn.

Cô độc: *Cô: lẻ loi. Độc: một mình.*
             - Lẻ loi một mình.

Mẫu tử: *Mẫu: mẹ. Tử: con.*
             - Mẹ và con.

NGUYỄN THỊ THANH BÌNH
Sinh năm 1955 tại Huế.

DẤU ẤN

Tôi nói nhỏ nhẹ như những lời độc thoại. Sao ông ấy không biến mất đi cho rồi. Tôi chỉ còn những lời im. – Mai kia mốt nọ biết đâu tôi sẽ gác bút. Khi những nhu cầu đòi hỏi của tinh thần trở thành một thứ xa xỉ phẩm. Chỉ còn lại cơn mơ trắng và những bày tỏ không lời vốn hư vô - Cô cứ nên thích viết đi, vì nếu còn có một người đọc cô như tôi thì cũng… cứu sống được một linh hồn rồi. Ông ta lúc nào cũng có lối vừa lừng khừng vừa tha thiết như thế.

Khi tôi đang định mở miệng chống chế, ông ta chợt ra dấu cho xe ngừng lại - Nhà của tôi ở ngay cái dốc này đó cô, căn nhà mầu xám nằm chênh vênh một mình kia kìa. Có gì trước khi "nhân vật" trong một truyện ngắn sắp tới của cô xuống xe, cô làm ơn cho hắn xin một ân huệ được không - Lại thế nữa, tôi kêu lên, ông sao lắm trò thế không biết - Trò gì, tôi đã giở trò gì ra đâu. Nãy giờ tôi ngồi yên trong xe cô, đứng đắn đàng hoàng và hơi nhà quê như một chính khách, cô không thấy sao. Nói nữa nha, cô bảo công việc viết lách, chữ nghĩa của cô là "trò chơi" thì cũng phải đọc lái là "trời cho" mới được đấy nhé. - Nói là trò chơi, trò đùa chỉ là một cách nói. Nhiều vị cũng đang cầm bút cả đó chứ, vậy mà có khi cả đời cũng không sắm nổi cái vé văn chương để bước vào cuộc chơi. Khó thế. - Phải rồi, nên chi tôi chỉ muốn làm "nhân vật..." có thực ngoài đời, nếu cần cô cứ hư cấu, sửa đổi thêm những chi tiết cô không thích ở hắn. Thật ra nhân vật thực tế này cũng hấp dẫn chán, cô miễn thêm thắt. Đỡ mệt... mấy phần công lực sáng tạo. - Ông này... nghèo mà ham, tôi bĩu môi, nhất là cái chuyện ân huệ này nọ; tôi đâu phải Thượng Đế từ tâm mà ban phát cho tha nhân chứ. - Cô ơi, đừng nói vậy. Ai không biết nhà văn là Thượng Đế. Mỗi nhà văn là mỗi ông trời con, có quyền sinh sản tái tạo đời sống cũng như định mệnh của mỗi nhân vật. Người đàn ông còn nói liên tu bất tận về một điều gì nữa. Hình như là cứu chuộc một nỗi gì đó mông lung lắm và tôi bắt đầu ngồi run như bị nhiễm lạnh. Không biết rồi ông ta sẽ làm gì mình. Người điên điên rồ rồ thì cái nhìn cũng khác. Lửa rực trong mắt ông ấy thật lạ. Không rõ vì sao những tàn lá mỏng trước vườn cứ rạp mình xuống run run theo chiều gió. Nhìn đâu cũng thấy hết lá rồi hoa lắt lay, hoa lá dường như cũng biết rúng động vì môi ru của gió - Này cô, sao cô nhà văn không chịu nói gì cả. Tôi định mời cô vào trong nhà "tham quan" và uống một chút gì được không. Giọng ông ta ngọt lịm trong một môi cười hơi khó hiểu - Mưa đã tạnh. Công việc tôi cũng đã xong. Tôi phải về. Ai cũng chỉ có một đời sống. Nhà văn là người chúa tham lam, đã có vô số đời của những nhân vật để sống. - Chưa chi cô đã vội ném cái truyện ngắn có nhân vật là tôi vào đời sống. Báo trước cô làm như vậy nó sẽ èo uột cho coi. Người đàn ông vẫn tíu tít pha trò, trong khi tôi bối rối thấy rõ - Ông không nên nhầm lẫn giữa biên giới của mộng và thực. Trong văn chương tôi sôi nổi lãng mạn biết bao nhưng ngoài đời tôi... nghiêm túc hơn nhiều phải không - Tôi tưởng... chất lãng mạn ấy có khi cũng nên đi chệch ra ngoài đời cho vui. Như thể nhập thần hay nhập vai ấy mà - Ông đừng xúi dại, tôi không nghe lời đâu. Đừng xem văn biết người kiểu đó nguy hiểm lắm. Một thoáng cười, lắc đầu, người đàn ông đặt tay lên vai tôi - Xin lỗi nhé. Tin tôi đi, nhà văn muốn viết hay tức phải sống. Tôi thật tình không hiểu cô lấy ý văn, đào chất liệu ở đâu ra nếu cứ quanh quẩn ở xó bếp. Đành rằng sự tưởng tượng của nhà văn phong phú lắm, nhưng mà phải... sống cô à. - Sao ông cứ phỏng vấn tôi hoài. Làm sao ông biết hậu trường sân khấu của một nhà văn như thế nào, cũng như cách chọn lựa đề tài của mỗi người mỗi khác. Nếu một nhà văn có tài thì họ sẽ viết như là sống thực, còn không thì kể chuyện mưa cũng ra chuyện nắng thôi. Có lẽ ông vừa nhận ra tôi là một kẻ lắm lời. Lắm lời như khi phải viết một tự truyện để bộc bạch tâm sự. Lắm lời nên một người cứ ngồi yên quay cửa xe xuống và một người cứ thế đứng ngoài đối đáp. Cô ơi, còn một điều này nữa cho tôi nói nốt, người đàn ông cúi người xuống nhìn sâu vào mắt tôi rồi tiếp, vì ít khi tôi có cơ may được gặp riêng như thế này. Cái mà tôi thích nhất chính là tính cách riêng tư của cô. Khi đọc tôi nhận ra được ngay cái giọng nữ tính trong văn thơ ấy. Và như thế cô đã để lại được một cái dấu ấn. Mỗi nhà văn đều cần cái dấu đó, cái dấu của riêng mình.

(Chủ Đề (Giai Phẩm Mùa Hạ 2002), số 9, Oregon, USA., tr. 214-216.)

CHÚ THÍCH

Độc thoại: *Độc: một mình. Thoại: nói, nói chuyện.*
- Nói một mình.

Xa xỉ: *Xa: chi tiêu phung phí, thái quá. Xỉ: tiêu xài quá chừng mực.*
- Tiêu xài phung phí quá chừng mực.

Hư vô: *Hư: trống rỗng. Vô: không.*
- Trống không.

Nhân vật: *Nhân: người. Vật: những gì tồn tại có hình dạng trong trời đất.*
- Người và vật.
Nghĩa rộng: tiếng gọi chung loài người ở vào một thời đại với nhau; người giữ một vai trò trong truyện, trong kịch.

Hư cấu: *Hư: trống không, không thực. Cấu: xây dựng, gây ra, liên kết thành.*
- Xây dựng từ cái không có, không thật.

Liên tu bất tận: *liền liền không dứt.*

Tham quan: *Tham: dự vào, xét nghiệm. Quan: xem.*
- Xem xét.

Chất liệu: *Chất: bản thể của sự vật, bản tính. Liệu: lường tính, vật dùng để cung ứng.*
- Nói chung những thứ dùng để chế tạo.

Bộc bạch: *Bộc: phơi, phô bày ra. Bạch: trắng, rõ ràng.*
- Phơi bày ra một cách rõ ràng.

QUYÊN DI
Tên thật Bùi Văn Chúc
Sinh ngày 09/03/1948 tại Hà Nội, Bắc Việt.

GIA ĐÌNH DI DÂN

Đắm mình trong cơn hồi tưởng với những kỷ niệm thân thương, Diễm Châu không biết phi cơ đã thực sự đáp xuống phi đạo. Cái nhún mình nhẹ của thân phi cơ khi hai bánh chạm mặt đất khiến Diễm Châu bừng tỉnh. Ánh nắng chan hòa từ bên ngoài tràn qua khung cửa sổ kính. Nắng lung linh trên tóc trên má Diễm Châu khiến cô bé cảm thấy vui vui, quên đi những mệt nhọc và buồn rầu.

Nhìn sang bố, Diễm Châu thấy bố đã ngồi thẳng dậy. Diễm Ái tuột xuống khỏi lòng bố từ lúc nào, vai đeo cái túi xách trông thật... xí xọn. Còn Hoài, cậu con trai duy nhất trong nhà, em kế của Diễm Châu thì xách ba bốn cái túi ni-lông to tướng đựng những tấm phim chụp hình phổi của bốn bố con và đủ thứ giấy tờ di trú, bên ngoài có chữ ICM to tướng. Bố thì xách một va li lớn, đựng hầu hết "gia sản" của cả nhà: quần áo cũ và một ít sách vở học tiếng Anh. Thấy mọi người đã sẵn sàng, Diễm Châu vội vàng kiễng chân lên lấy chiếc va li nhỏ trên ngăn tủ trần phi cơ. Chiếc va li quí báu Diễm Châu mang từ Việt Nam theo, trong đó có những cuốn lưu bút thuở còn đi học, hai bộ Tuổi Hoa đóng tập, mấy quyển truyện Hoa Tím, tấm hình của mẹ, hòn sỏi trắng trẻo nhẫn nhụi của anh Khôi. Cả "gia tài" của Diễm Châu, có vẻ lẩm cẩm và tầm thường dưới mắt người khác, nhưng đối với cô bé, nó thực là vô giá.

Nối đuôi theo đám hành khách ty nạn, bốn bố con Diễm Châu bước dần ra cửa phi cơ. Bên ngoài phòng khách phi trường, thân nhân những người mới đến đứng lố nhố chờ đợi. Diễm Châu thấy họ rõ ràng là người Việt Nam, tóc đen, người thấp, mũi ngắn, nhưng khuôn mặt ai cũng sáng sủa, tươi tỉnh và quần áo mọi người đều có vẻ tươm tất, sang trọng. Dáng dấp, cử chỉ, phục sức, ngôn ngữ... tất cả đều khác hẳn đám người ty nạn từ đảo mới sang, đang tiến từ phi cơ ra ngoài phòng khách.

Có tiếng gọi lớn:

- Anh Toàn, em đây!

Rồi một người đàn ông tách khỏi đám đông, bước nhanh về phía bố. Qua một vài giây ngỡ ngàng, hai người ôm chầm lấy nhau. Khó khăn lắm, Diễm Châu mới nhận ra người đàn ông ấy là chú Khoa, em ruột của bố. Chú vốn làm ở bộ Thông Tin ngày trước, và đã sang Mỹ rất sớm, từ những ngày thượng tuần tháng Tư năm 1975. Khó nhận ra chú, vì bây giờ trước mắt Diễm Châu, chú là một người đàn ông to lớn, bệ vệ trong bộ quần áo vét màu xám nhạt, với cái bụng... hơi đưa về đằng trước. Mặt mũi chú hồng hào trắng trẻo, với cặp kính trắng trên mắt. Chú Khoa bây giờ khác hẳn hình ảnh người công chức bộ Thông Tin Chiêu Hồi, mặc áo bốn túi, dáng người xương xương và nước da ngăm đen ngày trước. Dù không tìm thấy một hình ảnh thân quen qua con người chú hiện tại, Diễm Châu cũng vẫn thấy lòng mình xúc động khi gặp lại người họ hàng ruột thịt. Ngày xưa chú Khoa lại nhà chơi luôn, lúc ấy Diễm Châu chừng mười hai tuổi, hai chú cháu chơi với nhau như hai người bạn. Đôi khi chú dẫn cả Ngọc Mai, con gái đầu lòng của chú lại nhà chơi. Ngọc Mai nhỏ hơn Diễm Châu ba tuổi, thích chạy theo Diễm Châu và bắt chước Diễm Châu, làm tất cả những gì Diễm Châu làm.

(Tiếng Hát Trở Về, Tuổi Hoa (nguyệt san), số 2, tháng 6/ 1994, California, USA., tr.14.)

CHÚ THÍCH

Di dân:	*Di: dời. Dân: người dân.*
	- Người đi từ nơi này đến nơi khác ở.
Phi cơ:	*Phi: bay. Cơ: máy móc.*
	- Máy bay.
ICM:	*Intergovernmental Committee for Migrations.*
Kiễng chân:	*nhón chân, đứng bằng đầu ngón chân, gót nhón lên.*
Lưu bút:	*Lưu: để lại. Bút: chữ viết, cây viết.*
	- Để bút tích lại.
	Nghĩa rộng: Những cảm tưởng viết ra trước khi xa nhau.
Gia tài:	*Gia: nhà. Tài: của cải.*
	- Của cải trong nhà.
Phi trường:	*Phi: bay (máy bay). Trường: khoảnh đất rộng dùng làm một việc gì lớn lao: trường đua.*
	- Nơi máy bay lên xuống.
Thượng tuần:	*Thượng: trên. Tuần: mười ngày trong một tháng.*
	- Mười ngày đầu tháng (từ mồng 1 đến mồng 10).
Công chức:	*Công: chung, thuộc về nhà nước. Chức: người giữ một nhiệm vụ gì.*
	- Người làm việc nhà nước.
Xúc động:	*Xúc: phạm đến, động chạm đến. Động: trái với tĩnh, chuyển biến.*
	- Động lòng, mủi lòng (vì bị ngoại vật, ngoại cảnh kích thích).

HỒ MINH DŨNG

Sinh năm 1942 tại Huế.

KHÓC MƯỚN

Người trong làng tôi đã bao đời làm nghề nông. Ngoài hai vụ mùa và chiêm ra, ai tùy tiện làm nghề gì cũng được, miễn sao có thêm thu nhập cho bớt khổ. Dó đó, có những người sau khi gặt hái xong, bỏ làng đi làm ăn xa, có những người ở lại làm nhiều nghề phụ khác nhau, như thợ nề, thợ mộc, đào ao thả cá, thiến gà, heo, đan đát hay bẫy chim, bủa lưới... chỉ có dì Lư là làm nghề khóc mướn.

Gọi là nghề, nhưng thật ra không phải, vì trên đời có nghề nầy đâu. Dì làm việc nầy, ban đầu, không mong gì hơn là đưa người không may đi một đoạn đường. Nhưng về sau bất đắc dĩ trở thành nghề, vì thân nhân người quá cố ai cũng muốn trả công dì ít nhiều để gọi là tạ ơn và làm yên lòng người mất nơi chín suối.

Người ta phát hiện dì có cái bản mặt độc đáo khi khóc, khởi đầu là khóc ông chồng chết cách đây khá lâu. Tiếng khóc của dì ngày tiễn biệt chồng có giọng kim trong trẻo, lắm đoạn réo rắt như khúc nhạc cung đình. Càng về sau, khi khóc thành thục rồi, thì trở nên ồ ồ như giọng gà cồ. Giọng cao hay ồ lúc nào cũng chấm dứt bằng một chuỗi nức khàn đục, từng tiếng rời rạc không phải từ thanh quản mà ở một bộ phận nào tận tim phổi vang ra. Ngoài tiếng khóc, người ta bắt đầu chú ý đến nét mặt của dì, lúc đó, như bao chuyện ân tình xa xưa phải nhớ đến, như tan tác lìa xa chỉ có một lần nầy. Nét mặt ấy, khi đôi mắt vừa mới ráo lệ, là mặt dưới chằng chịt đường vân chuyển động của một tảng đá lâu năm vừa mới lật lên khỏi núi.

Dân trong làng tôi đa số không học, phần vì nghèo, phần vì chiến tranh loạn lạc. Chỉ có tôi và vài người khác được cha mẹ cho lên Huế học chữ.

Mỗi lần về quê, dì Lư đều đến thăm tôi. Nét mặt dì lúc vui sáng sủa và dí dỏm, không ai có thể nghĩ đến lúc dì khóc đau đớn đến thế.

(Một Mình Em, Đến Giữa Đời, Văn Mới, California, USA., 1998, tr. 131-132.)

CHÚ THÍCH

Tùy tiện: *Tùy: theo. Tiện: thuận lợi và thích hợp.*
- Tùy nghi, theo điều gì thích hợp cho mình.

Bất đắc dĩ: *Bất: chẳng. Đắc: được. Dĩ: lấy.*
- Cực chẳng đã, "chẳng đặng đừng" (chữ của Hồ Hữu Tường).

Phát hiện: *Phát: bắn ra, nổi lên. Hiện: lộ ra, bày ra.*
- Lộ ra, bày ra.

Cung đình: *Cung: nơi vua ở. Đình: triều đình.*

Nhạc cung đình: *nhã nhạc tức nhạc cổ cử hành vào lúc cúng tế tại các miếu, đàn Nam Giao hay các cuộc yến ẩm trong triều.*

Đan đát: *Đan (đương): kết dính thành tấm rộng bằng cách xỏ luồn sợi ngang, sợi dọc.*
- Đan (với nan lớn) và đát (với nan nhỏ) để kềm nan lớn.

NGÔ NGUYÊN DŨNG

Sinh năm 1951 tại Sài Gòn.

THÁNG CHẠP, CHỢ RẰM

Một tuần trước rằm tháng Chạp, đêm nào Nha cũng nôn nao khó ngủ. Nó biết, như vậy có nghĩa sắp tới Tết. Đặc biệt năm nay Nha được má cho phép theo chị Thập đi chợ rằm. Chợ cách nhà khoảng nửa buổi chèo, nhóm từ sớm tới xế ngọ. Muốn đi, phải khởi dầm từ tinh mơ. Miệt này giáp ranh nhiều xóm Thổ dân mộ Phật, nên chợ rằm không hẳn chỉ là một phiên chợ Tết.

Tối trước, Nha được chị Thập cho ngủ chung. Buồng ngủ chị ở gian sau, cạnh chái bếp ám khói. Giường ván lót chiếu rơm, kê xéo cửa sổ chấn song, thường để mở. Dù vậy, vẫn không ngăn được không khí u tịch, thứ u tịch sậm sệt cám dỗ và khơi động cảnh sắc thần thoại trong trí Nha. Má kêu Nha đi ngủ sớm. Nó còn lần chần, chị Thập đã hiểu ý, cầm đèn dầu dẫn vào tận giường. Chi xua muỗi, buông mùng, dợm xoay lưng thì Nha đã rụt rè cất tiếng:

- Chị để đèn cho em.

Chị Thập nhoẻn cười:

- Được rồi.

Và đặt đèn xuống bàn con cạnh đầu giường. Đêm đứng

gió, văng vẳng nhạc côn trùng vườn sau. Chỗ nằm của chị Thập tỏa hương lạ, pha trộn giữa hoa trái đồng nội và mồ hôi thiếu nữ. Thêm vào là nỗi rạo rực chờ sáng khiến Nha khó chợp mắt. Vừa thiêm thiếp, nó đã choàng tỉnh vì tiếng động khẽ. Hé mắt, Nha thấy chị Thập đang đứng chải tóc bên khung cửa. Không biết có phải vì mơ tưởng mà sao Nha thấy như thể chị đang chiếu sáng. Vai áo trắng rực lên. Ngấn cổ và gương mặt chị khẽ ngấc, hứng lấy sắc xanh huyền hoặc ngoài đêm len vào. Lúc chị Thập thổi đèn, vén mùng vào nằm, ánh sắc ấy bừng lên chói lòa. Gian phòng sật sừ mộng mị, ướp tẩm giấc ngủ Nha hương vị tươi mới. Nha thấy mình mở máy gọi tiếng chợ rằm...

Không chờ chị Thập lay thức, Nha bật dậy ngay khi đốm lửa đầu ngày lóe lên... Nó dụi mắt, ngó quanh quất. Gương mặt chị Thập mơn mởn như lá non nhìn Nha, giọng dịu dàng:

- Em đi rửa mặt, thay quần áo, chị sửa soạn bữa lót lòng, rồi mình đi.

Ngoài đêm còn say giấc. Mái trời trong vắt tinh tú. Nguyệt rằm ẩn sau vòm cây thưa, sung mãn một khay bạc giát. Chưa bao giờ Nha thấy trăng sao linh diệu, đẹp đẽ vậy. Nha mặc áo sơ-mi ngắn tay màu mỡ gà, quần cụt xanh dương đậm, chân mang dép da quai tréo. Chị Thập tóc giắt kẹp đồi mồi, áo bà ba màu cánh gián, quần mỹ a đen, mang guốc trơn, tay cắp rổ đựng nhang trầm và bó hoa trang trắng còn đẫm sương. Chị bảo để cúng Phật. Chó cò ngủng ngoẳng vẫy đuôi đòi theo, chị Thập phải giậm chân đuổi, mới thôi.

(Làng Văn (nguyệt san), số 221, 01/2002, Toronto, Canada, tr. 74.)

CHÚ THÍCH

Chái: nhà phụ liền vách với nhà chánh.

U tịch: U: lặng lẽ, tối tăm. Tịch: vắng vẻ.
- Tối tăm vắng vẻ.

Thiêm thiếp (thiếp thiếp): Thiếp: mê hẳn như ngủ, không biết gì hết.
- Mê man không biết gì, không thấy gì hết.

Mộng mị: Mộng: chiêm bao. Mị: ngủ say.
- Điều thấy trong mộng, không có thực.

Hương vị: Hương: thơm. Vị: mùi.
- Mùi thơm.

Tinh tú: Tinh: sao. Tú: sao (những ngôi sao trong Nhị Thập Bát Tú).
- Dùng chung để chỉ các ngôi sao.

Linh diệu: Linh: thiêng liêng. Diệu: tốt đẹp, tài tình.
- Linh thiêng huyền diệu, sâu xa khó hiểu.

PHẠM XUÂN ĐÀI
Tên thật Phạm Phú Minh
Sinh ngày 17/09/1940 tại Quảng Nam.

GIẤC HƯƠNG QUAN

Con người thời nay có thiết tha với nơi chôn nhau cắt rốn một cách mãnh liệt như ngày xưa không? Hình như không.

"Ngày xưa" ấy, thật ra cũng không xưa gì lắm, chỉ cách đây ba bốn thập kỷ. Từ thời ấy trở về trước tình quê hương được ca ngợi thường xuyên trên thi văn nhạc họa như là một tình cảm lớn lao quan trọng của con người Việt Nam, có thể là loại tình cảm lớn lao nhất.

Quê hương mà người ta nhớ nhung và ca tụng hầu như không bao giờ là thành thị. Toàn là phong cảnh thôn quê, mà là quê nghèo. Mái nhà tranh, lắm khi tả tơi, được nhắc nhở rất nhiều; tuyệt nhiên không có mái ngói. Phải từ mái tranh mới có làn khói uốn éo vươn lên, và làn khói cũng là cái làm mê lòng người lắm. Khói bay từ mái nhà tranh, với bối cảnh xa xa là lũy tre, nổi lên gần hơn là mấy cây cau, đó là bức tranh đã thành cổ điển tượng trưng cho cảnh trí quê hương của bất cứ người nào tự nhận mình có một quê nhà. Tại sao phải có làn khói? Đó là cái sinh động trong một khung cảnh tĩnh, nhắc nhở một sinh hoạt đầm ấm trong nhà: người ta đang thổi cơm, chuẩn bị cho một buổi tụ họp đông đủ cả nhà quanh bữa ăn. Làn khói biểu hiện cho một cái tình. Phong cảnh thôn quê Tây phương cũng thế, từ ngôi làng xa phải có vài vệt khói vươn lên, dĩ nhiên là từ ống khói chứ không phải từ mái rạ, nhưng cái tình của khói có lẽ không khác.

Dòng sông, lũy tre, con đường làng, bờ đê... là những thứ biểu hiện quê hương. Vì là của quê hương người ta thấy chúng đẹp, đi xa thì nhớ nhung, nhắc nhở, ca ngợi và lập tức có ngay được sự đồng cảm của người khác. Người ta luôn luôn thấy cảnh quê hương là êm đềm, sao ngày xưa người ta thiết tha với sự êm đềm đến thế? Cảnh quê ngày nay không còn êm đềm nữa, hay lòng người đã khác?

(Hà Nội Trong Mắt Ai, Thế Kỷ, California, USA., 1994, tr. 97-98.)

CHÚ THÍCH

Hương quan:	*Hương: làng. Quan: cổng.*
	- Cổng làng, quê hương.
Ca tụng:	*Ca: hát. Tụng: khen.*
	- Hát lên để khen tặng.
	Nghĩa rộng: Khen dối, tâng bốc quá lời.
Tuyệt nhiên:	*Tuyệt: cắt đứt. Nhiên: vậy.*
	- Hoàn toàn không có gì cả.
Biểu hiện:	*Biểu: nêu lên. Hiện: làm cho kẻ khác trông thấy.*
	- Tỏ bày ý kiến của mình.
Đồng cảm:	*Đồng: cùng chung, bằng nhau. Cảm: tâm ứng với ngoại vật mà động, xúc động.*
	- Cùng chung nỗi xúc động.

HOÀNG MAI ĐẠT
Sinh năm 1963 tại Nha Trang.

NHỮNG TẤM HÌNH KHÔNG THỂ CHỤP
Ở BIÊN HÒA

Tôi có thể chụp được nhiều hơn, thêm vài chục hoặc vài trăm tấm, nếu tôi muốn. Tuy nhiên, có những bức hình mà tôi không thể chụp được. Hình những đứa bé tranh nhau ăn xin và bán vé số ở ngoài đường; hình ông già đứng ngửa nón và nói hoài cho đến khi xin được tiền trong tiệm ăn; hình mấy gia đình sống chen chúc trong một góc chợ, vừa đủ cho mỗi người có một chỗ nằm đằng sau một tấm ván hoặc một miếng vải che.

Lương tâm không cho phép tôi giữ lại những hình ảnh như vậy. Trong một lần đi giao phim với Cường, tôi dừng chân và mua nước mía ở ngã ba Sông Phố. Đứa cháu chăm chú đứng nhìn một thiếu nữ đẩy những cây mía qua máy cán, trong khi tôi lấy máy Rebel ra khỏi túi đeo trên vai và tính tìm một góc cạnh nào đó, để chụp hình cô gái ép mía với cảnh vật ở chung quanh. Tôi chợt nhận ra xe nước mía đứng choán gần hết cổng tiến vào một góc nhà, chứ không phải bên ngoài một bức tường dơ bẩn như tôi tưởng trước đó. Xe nước mía chỉ nhường lại một khoảng trống vừa đủ cho một người dắt xe đạp vào bên trong sân.

Tôi tò mò bước vào khoảng trống này, xem thử có gì ở

đằng sau. Bên dưới một tàn cây lớn trong sân nhà rộng chừng mười thước dọc ngang, tôi thấy có những tấm lều và ván dựng lên, ngăn chia thành chỗ ở của bốn hoặc năm gia đình. Bên trong nhà hình như còn được phân chia thành phòng cho nhiều gia đình khác. Nơi góc tường sát bên cạnh xe nước mía, một phụ nữ đang nằm ngủ với hai đứa con trên tấm chiếu cũ, trong khi người chồng ở trần đang quạt đều tay, như cố xua đuổi không khí nóng bức ra khỏi góc tối. Gia đình bốn người này sống trong một mái lều chật hẹp và tối om. Người đàn ông liếc nhìn tôi và rồi ngoảnh mặt đi chỗ khác khi thấy máy chụp hình trên tay người lạ. Ông ta cũng trạc tuổi tôi. Tuy không nghe ông ta lầu bầu gì, tôi cũng cất ngay máy vào trong túi xách. Tôi không muốn chụp hình và xâm lấn thêm vào cuộc sống thiếu thốn của họ…

(Giữa Hai Miền Mưa Nắng, Văn Nghệ, California, USA., 2000, tr. 171-172.)

CHÚ THÍCH

Lương tâm: *Lương: giỏi, tốt. Tâm: lòng.*
- Tấm lòng tốt, biết điều nhân nghĩa.

Thiếu nữ: *Thiếu: trẻ. Nữ: con gái.*
- Con gái trẻ tuổi, chưa chồng.

Gia đình: *Gia: nhà. Đình: sân.*
- Dùng để chỉ những người thân thuộc trong nhà như: cha mẹ, vợ chồng, con cái.
Nghĩa hẹp: vợ chồng.

Phụ nữ: *Phụ: người đàn bà, vợ. Nữ: con gái.*
- Gọi chung: đàn bà con gái.

VÕ KỲ ĐIỀN
Tên thật Võ Tấn Phước
Sinh ngày 31/10/1941 tại Dương Đông, Phú Quốc.

ĐẤT LẠ

Chiếc xe bus từ từ đậu sát lề đường rồi ngừng hẳn. Hưng vịn tay vào thanh sắt lạnh ngắt, chưn dò dẫm từng bước để xuống. Từ nhà ra đến chợ phải mất đến hơn bốn mươi lăm phút đi xe. Trời bây giờ đang mùa đông nên lạnh giá. Tuyết rơi khắp nơi. Cả thành phố như bị bao phủ bằng một lớp bột thạch cao dày trắng xóa. Hàng cây thẳng tắp ven đường bị đông lạnh co ro đưa lên trời những cành khô khẳng kheo trơ trụi. Từng cơn gió lạnh thổi tạt ngang đưa những hạt tuyết xôm xốp như bông gòn bay rào rào trên đầu, trên mặt. Hưng nghe lạnh buốt như có con dao bén cứa vào da thịt. Bộ áo khoác cùng đôi giày xin được ở nhà thờ hơi mỏng và quá cũ không đủ ấm. Tuần lương tới phải rán tiện tặn để mua bộ khác dày hơn. Ở xứ này có lẽ nhịn ăn thì được nhưng nhịn mặc thì không xong rồi. Đây là mùa đông đầu tiên Hưng phải chịu đựng ở cái thành phố đầy tuyết trắng. Gần hơn một năm trời đợi chờ mòn mỏi ở đảo, chàng được phái đoàn Cao ủy Liên Hiệp Quốc cho đi định cư đến đây. Một nơi lạ hoắc chưa bao giờ chàng nghĩ tới. Cái thân trôi nổi ừ thì thôi, đâu cũng là nhà. Chàng chấp nhận không suy bì, đắn đo. Đi đâu cũng được, miễn là khỏi phải sống một đời cực nhục, khổ sở đày ải dưới bàn tay sắt máu của bọn người vô tâm.

Đường đến tiệm rất gần. Tới nơi, Hưng cởi chiếc bao tay bằng len đỏ đã có một lỗ lủng nhỏ ở đầu ngón, đẩy cửa kiếng để bước vào trong Thương Xá Việt Nam. Mỗi tuần chàng đến đây để mua một số thực phẩm cần dùng. Hưng đưa tay phủi bụi tuyết bám trên tóc trên mặt, giũ sơ qua những hạt còn bám trên áo khoác. Tóc tai rối bù ướt đẫm. Nhìn xuống đôi giày cao cổ, nó thê lương làm sao. Tuyết nhão quện với bùn đất biến thành bùn sình bám vào đế giầy nhòe nhoẹt. Đôi giầy quá cũ, nước thấm ướt hết cả vớ. Các ngón chưn nghe lạnh ngắt. Hưng đi thẳng vào trong, mắt nhìn lên các kệ thực phẩm để chọn lựa các thứ cần dùng. Rải rác đây đó, người mua chừng đã khá đông. Tiếng cười nói ồn ào tạo thành một thứ sinh khí Việt Nam. Ở xứ lạ quê người, được nói và nghe tiếng mẹ đẻ là một điều sung sướng. Cần gì câu chuyện hay hoặc dở, người lạ hay quen.

(Kẻ Đưa Đường, Việt Publications, Toronto, Canada, 1986, tr. 135-136.)

CHÚ THÍCH

Thương xá: *Thương: đi buôn, bàn bạc. Xá: nhà.*
       - Nhà buôn.

Thực phẩm: *Thực: ăn. Phẩm: đồ vật, chủng loại.*
       - Đồ ăn, thức ăn.

Thê lương: *Thê: lạnh lẽo. Lương: mát.*
       - Lạnh lẽo u buồn.

Sinh khí: *Sinh: sống. Khí: hơi.*
       - Khí sống, sức sống của sinh vật.

LÊ ĐÌNH ĐIỂU

Bút hiệu Y Dịch, Ka Ba Lê
Sinh ngày 12/11/1939 tại Hà Nội, Bắc Việt.
Mất ngày 24/05/1999 tại Orange County, California.

NGƯỜI MỸ CẰN NHẰN

(Người Việt, 24 tháng Năm, 1986.)

Đúng là mỗi dân tộc có một tâm thức (mentalité) riêng. Cùng một sự việc, cách biểu lộ hoặc phản ứng của người Mỹ khác với người Việt - chẳng hạn gặp việc bất như ý, một người Mỹ trung bình nói huych toẹt ra ngay, hoặc viết thư cho báo chí, trong lúc người Việt... chỉ cười. Một giáo sư Việt học, tiến sĩ Nguyễn Đăng Liêm hiện dạy ngữ học ở Hawaii truy tầm cỗi rễ của "cái cười khó hiểu" đó, cho rằng nó chứa đựng một triết lý bắt nguồn từ ba nền tảng vừa đạo giáo, vừa tư tưởng là Nho, Lão, Phật. Vui, chúng ta cười, đã đành. Buồn, cũng cười. Bực mình, cũng cười luôn.

Cười, để biểu lộ niềm vui. Cười, để che giấu nỗi buồn, để ngăn cái buồn không tràn sang người đối thoại. Cười, để chứng tỏ "tôi không phiền lòng về việc anh vừa làm phiền tôi!"

Người Mỹ, không bí hiểm như thế, thường tìm mọi cách để biểu lộ tư tưởng và tình cảm của mình, không những cho một đối tượng nào đó, mà cho mọi người, càng đông càng tốt.

Không tin quý vị cứ giở bất cứ tờ báo hay tạp chí Mỹ ra coi, sẽ thấy lền khên những mục "ý kiến bạn đọc." Thậm chí, như tờ Register ở hạt Orange này, còn mở hẳn một mục chuyên đăng những lời cần nhằn của độc giả. Ngày nào cũng có người cần nhằn, về người, về việc, tủn mủn, vụn vặt, đôi khi vô lý nữa.

Lái xe trên xa lộ, bị một xe vận tải chở đá sạn chạy phía trước làm văng những hạt sạn vào xe mình, cần nhằn. Một cái thùng thư của bưu điện được nhiều người đi xe hơi chiếu cố (thùng thư đặt ở vệ đường, quay... miệng ra ngoài, cho người lái xe có thể cứ ngôi trên xe bỏ thư vô thùng), khiến mình không bỏ thư mà cũng phải tốp xe, chờ, cần nhằn...

Bây giờ, người ta thấy nhiều xe có bảng hiệu, cũng cùng kích thước, màu sắc như bảng "có con nít" kia, với những câu... cần nhằn gián tiếp như: *Trong xe có gái tóc vàng, Trong xe có người lái,* hoặc *Trong xe có máy nổ.*

Cái lối biểu lộ đốp chát đó coi bộ tạo cho xã hội Mỹ một vẻ nhố nhăng, cố chấp nào đó. Nhưng mặt khác, nó lại biểu lộ một nếp sống cởi mở, lành mạnh.

Cái thâm trầm, tế nhị của Á Đông đôi khi biến thành sự nín nhịn nhu nhược rất tệ hại. Tỷ như bị cướp lột tiền, đâm, bắn túi bụi mà vẫn... cười, không tố cáo thủ phạm.

(Lê Đình Điểu (tuyển tập), VALAA, California, USA., 2000, tr. 120-121.)

CHÚ THÍCH

Cằn nhằn:	*Cằn: gắt gỏng, trách móc, phàn nàn. Nhằn: nhe răng cắn nhẹ.*
	Nghĩa rộng: rầy, luôn luôn trách móc.
	- Càu nhàu, lầm bầm trách móc không thôi.
Tâm thức:	*Tâm: lòng. Thức: biết.*
	- Cái biết của tâm.
Bất như ý:	*Bất: chẳng, không. Như: in, giống, phù hợp với.*
	Ý: điều mình suy nghĩ trong lòng.
	- Không phù hợp với điều mình mong muốn.
Nho:	*đạo của Khổng Tử: lấy "nhân ái" làm gốc.*
Lão:	*đạo của Lão Tử: lấy "vô vi" làm gốc.*
Phật:	*đạo của Đức Phật: lấy "từ bi" làm gốc.*
Bí hiểm:	*Bí: kín đáo. Hiểm: hiểm nghèo hay nguy hiểm.*
	- Bí mật nguy hiểm.
Tủn mủn:	*Tủn: vụn vặt, nhỏ mọn. Mủn: mục nát, mẩu nhỏ.*
	- (như tẳn mẳn): nhỏ nhặt, vụn vặt, không đáng.
Thâm trầm:	*Thâm: sâu xa. Trầm: chìm.*
	- Sâu xa kín đáo.
Tế nhị:	*Tế: nhỏ. Nhị: trơn tru, nhỏ nhặt.*
	- Trơn và mịn.
	Nghĩa bóng: cử chỉ hoặc lời nói khéo léo cố tránh cho người khác khỏi phật lòng.
Nhu nhược:	*Nhu: mềm. Nhược: yếu.*
	- Mềm yếu.

NGUYỄN MỘNG GIÁC

Sinh năm 1940 tại Bình Định.

PHÊ VÀ TỰ PHÊ

Phải chờ tới lúc đi học tập cải tạo Ngữ mới thấy mình lầm. Phê và tự phê không phải là biểu hiện của lòng chân thực. Ngược lại, đó là biểu hiện tinh vi nhất của sự giả dối, là công cụ hữu hiệu nhất của đàn áp. Từng người được phát cho giấy bút để suốt ngày ngồi trước tờ giấy trắng, moi óc tìm lại cho hết những tội lỗi của mình đối với cách mạng. Viết một trang kê khai tội lỗi tức là chưa thành khẩn. Viết hai trang vẫn còn giấu diếm. Chỉ viết về mình mà không nhắc tới bạn bè từ hồi đi học cho tới lúc cách mạng vào tức là còn ích kỷ, cá nhân chủ nghĩa, không hăng hái trong việc xây dựng cho người khác thành người tiến bộ. Lời xưng tội không thì thào cho vị linh mục đứng đằng sau tấm màn nghe riêng như cách xưng tội với Chúa mà được đọc to lên cho cả tổ nghe, nghe xong các tổ viên khác phải chất vấn để làm sáng tỏ vấn đề, thảo luận giúp bạn giác ngộ. Nhiều người muốn khỏi bị cán bộ quản giáo kêu lên kêu xuống chẳng những dài dòng tự hài tội mình mà còn bày vẽ thêm các tội tưởng tượng. Một người đứng lên đọc bản tự kiểm của mình, những người khác cố moi óc bắt bẻ từng chi tiết để chứng tỏ tinh thần học tập cao. Gương mặt ai cũng phải cố tạo ra vẻ thành khẩn ăn năn, không khí các buổi tự kiểm và phê bình nặng nề u buồn như không khí một tu viện. Mọi người đều thấy mình bị đẩy vào một màn kịch vừa khôi hài vừa bi thảm, nhưng không được quyền cười mà cũng không được quyền khóc. Không ai dại dột gì mà cười trong lúc xưng tội và cau có lúc nói tới tương lai tươi sáng của đất nước xã hội chủ nghĩa. Suốt thời gian học tập chính sách và làm tự kiểm, Ngữ nuốt miếng cơm hẩm không trôi. Lòng lúc nào cũng cảm thấy bứt rứt, ruột nóng như có lửa đốt. Cảm giác phức tạp lạ lùng đó, đến bây giờ Ngữ mới trải qua.

Ngữ luôn luôn cảm thấy cô đơn, sợ hãi vu vơ, vì không còn dám tin ai. Các cuộc thảo luận trong tổ không có mặt cán bộ quản giáo. Những lời phát biểu được ghi vào biên bản để nộp cho cán bộ sau. Người ghi khôn ngoan lược bỏ những câu phát biểu không đúng chính sách, còn lại trên giấy trắng mực đen đều là những tư tưởng chính thống, những ngợi khen nồng nhiệt, những hối hận sâu xa. Thế mà người nào hôm trước lỡ lời nói câu gì sai trái, hôm sau cán bộ quản giáo đã biết. Ban đầu, Ngữ hết sức giận dữ, nghĩ thầm rằng bạn tù chịu cảnh lao lý như nhau đã không bảo bọc lại còn làm hại lẫn nhau, không thể tha thứ được. Về sau, Ngữ hiểu. Ngữ thấy căn nguyên của bao nhiêu cảnh lén lút tố cáo lẫn nhau trong trại chỉ là do một lời hứa ngắn gọn và quyến rũ. "Lúc nào học tập tốt thì được về". Người nào cũng rán học tập cho tốt, vì ngày về dường như gần gũi lắm. Có thể là ngày mai. Có thể là tuần sau. Tại sao không? Một anh thiếu úy thấy đại úy xếp cũ của mình đột nhiên được tha, thì tự nhiên nghĩ quá lắm mình chỉ phải ăn cơm tù vài hôm nữa thôi. Trong khi chờ đợi, hãy gắng giữ mình, đừng làm cái gì mất lòng vệ binh, quản giáo. Nếu nghe đứa nào nói xấu chế độ thì nên cho cán bộ biết để chứng tỏ mình học tập quá tốt. Cái đám đông cải tạo viên bình thường và tầm thường vì vậy ngoan ngoãn như một đàn cừu. Ngữ đau xót thấy mình cũng bị lùa chung một đoàn với họ.

(Tha Hương (Mùa Biển Động, tập 5), Văn Nghệ, California, USA., 1989, tr. 1736-1737.)

CHÚ THÍCH

Tự phê: *Tự: chính mình. Phê: tỏ bày ý kiến.*
- Tự mình tỏ bày những ưu và khuyết điểm của mình.

Tinh vi: *Tinh: tốt đẹp, khéo léo. Vi: nhỏ nhặt.*
- Nhỏ nhặt, khéo léo.

Cá nhân: *Cá: một cái, một người. Nhân: người.*
- Một người riêng biệt.

Chủ nghĩa: *Chủ: người chủ, người quan trọng hơn cả. Nghĩa: đường lối phải mà mọi người nên theo.*
- Hệ thống tư tưởng, quan niệm.

Cá nhân chủ nghĩa: *hệ thống tư tưởng nhằm mục đích bảo vệ, tôn trọng giá trị, quyền lợi của từng người.*

Thảo luận: *Thảo: tìm tòi, nghiên cứu. Luận: bàn.*
- Nghiên cứu và bàn luận.

Tự kiểm: *Tự: chính mình. Kiểm: kiểm soát, xem xét.*
- Tự kiểm soát, xem xét về bản thân mình.

Xã hội chủ nghĩa: *chủ nghĩa chủ trương gạt bỏ quyền tư hữu, mọi phương tiện sản xuất đều được đặt dưới sự quản lý của nhà nước hay hợp tác xã để phân phối vật phẩm cho xã viên một cách công bằng, căn cứ trên sự làm việc của họ.*

Quản giáo: *Quản: trông coi. Giáo: dạy dỗ.*
- Trông coi và dạy dỗ.

Cải tạo: *Cải: sửa đổi. Tạo: làm.*
- Sửa đổi và làm lại cho mới.

Cải tạo viên: *người được đưa đi tái giáo huấn để sửa đổi lại cho tốt hơn.*
Thực chất trong xã hội cộng sản:
Cải tạo viên: người tù.
Trại cải tạo: trại tù.

BÙI BÍCH HÀ

Bút hiệu Thái Hà
Sinh năm 1938 tại Gia Hội, Huế.

BUỒN VUI CỦA NGƯỜI ASSEMBLER

Hồi tôi mới đến Mỹ, những cơ hội gặp lại một số bạn bè quen biết cũ, tôi thường hăm hở và thành khẩn hỏi xem họ hiện làm việc trong ngành chuyên môn nào? Hỏi như vậy để có thể có một khái niệm sơ sài về chính chỗ đứng của bản thân trong cái xã hội mới gia nhập một cách miễn cưỡng này. Hầu hết quí vị nữ lưu được tôi hỏi (nếu họ đang làm cái công việc của những người assemblers) đều có cái vẻ buồn rầu bất đắc dĩ phải trả lời, thường thì họ trả lời một cách mập mờ, úp mở, mắt nhìn xuống đất:

- Buồn lắm chị ạ, tôi làm lao động ấy mà!

Một cô cháu họ của tôi, lúc ở Việt Nam làm nghề gõ đầu trẻ, còn đi xa hơn bằng cách ném một cái nhìn bực bõ về phía ông chồng rồi nói dấm dẳn:

- Cô ạ, giá cháu có một ông chồng kiếm tiền giỏi, cháu được đi học như người ta thì nay đi làm cũng đỡ hơn, đằng này cháu làm việc chân tay, chán lắm cô ạ!

Phải mất một thời gian tôi mới hiểu "làm lao động" hay "làm chân tay" là làm cái công việc của những người assemblers. Tôi nghĩ bụng: "Quái nhỉ! Công việc như vậy thì có gì là nặng nhọc, có gì là đáng buồn chán hay hổ thẹn? Nghề gì giúp mình sinh sống một cách chính đáng và lương thiện thì đều đáng hãnh diện cả chứ nhỉ? Cớ sao bà con bi thảm hóa sự việc quá vậy?" Thậm chí có vị còn bảo tôi:

- Chị chờ xem có công việc bàn giấy gì thì hãy đi làm, đừng làm assembler.

Một ngày đẹp trời, người worker của Sở Xã Hội yêu cầu tôi đi đến trình diện ở ủy ban tìm việc vì tôi xét ra là một người bình thường, có sức khỏe, không bận con mọn, lại có một dúm Anh văn làm vốn, vậy thì Sở Xã Hội không cảm thấy có đủ sự rộng rãi để cấp cho tôi những ngày nghỉ hè dài dài mà tôi phải lập tức đi kiếm việc làm để nuôi thân, nuôi "con không mọn" và đóng thuế!...

Thế rồi, cuối cùng cũng như tuyệt đại đa số người Việt Nam ty nạn có chung một định mệnh an bài, tôi lọt vào làm assembler cho một hãng sản xuất dụng cụ y tế...

(Phương Trời Khác, Cảo Thơm, California, USA., 2002, tr. 79-80.)

CHÚ THÍCH

Assembler: *người làm công việc lắp ráp...*
Thành khẩn: *Thành: chân thật. Khẩn: lòng thành, thành thật.*
                  - Hết sức chân thật.
Bản thân: *Bản: nguồn gốc; thuộc quyền sở hữu của một người nào. Thân: thân thể.*
                  - Nói riêng về thân thể của một người nào.
Miễn cưỡng: *Miễn: hết sức. Cưỡng: gượng.*
                  - Gượng đem hết sức mà làm (hoặc không đủ sức, hoặc ngoài ý muốn).

Nữ lưu: *Nữ: con gái, đàn bà. Lưu: loại, hạng.*
- Gọi chung những người con gái hoặc đàn bà.

Lương thiện: *Lương: giỏi, tốt. Thiện: lành.*
- Tốt lành, không làm điều gì xấu.

Hãnh diện: *Hãnh: may mắn, kiêu hãnh. Diện: mặt.*
- Được một cái gì (chức phận, sắc đẹp, của cải...) nên tỏ ra tự hào với người khác.

Mọn: *bé, nhỏ.*

PHẠM VĂN HẢI
Bút hiệu Hải Vân, Phạm Tú Vân…
Sinh ngày 02/05/1939 tại Tiền An, Bắc Ninh, Bắc Việt.

MỘT ÔNG THÀY - MỘT NGƯỜI CHA

Tôi được nghe tên cha Lý từ ngày học lớp nhất Trường Dũng Lạc Hà Nội, vào năm 1952 (năm đó, hiệu trưởng là cha Mai). Mãi tới năm 1961 mới được học cha tại Trường Đại học Văn Khoa Sài Gòn (chứng chỉ ngữ học Việt Nam). Năm 1966, khi trình tiểu luận cao học ngữ học, cha Lý là một trong ba giám khảo (Giáo sư bảo trợ Nguyễn Đình Hòa lúc đó ở Mĩ). Mấy tháng sau, tôi lên Viện Đại Học Đà Lạt xin làm giảng viên Trường Đại Học Văn Khoa (cha Lý là Phó Viện Trưởng Viện Đại Học Đà Lạt và Khoa Trưởng Trường Đại Học Văn Khoa Đà Lạt). So với những học trò khác của cha Lý, có lẽ thời gian tôi được tiếp xúc với cha rất ít, nhưng tình thày trò vẫn thắm thiết, không thấy sự khác biệt.

Tôi có bốn ông thày thân nhất: cụ Lê Ngọc Trụ, ông Nguyễn Khắc Hoạch, ông Nguyễn Đình Hòa, và cha Lê Văn Lý (cách xưng hô theo sinh viên thời 1960). Tôi nói nhiều nhất với ông Hòa, ít giấu giếm nhất với ông Hoạch (ông thày nghệ sĩ nhất, dễ thông cảm nhất), bàn về chuyện học hành nhiều nhất với cụ Trụ và cha Lý. Từ ngày gặp lại trên đất Mĩ, tôi hay than thở với cha Lý. Nhất là từ ngày người bạn đời của tôi mất (1987), tôi gọi cho cha luôn. Chỉ có người cô đơn mới hiểu được người cô đơn.

Nhìn bề ngoài, đôi lúc cha Lý có vẻ cô đơn. Thói đời, khi vui thì vỗ tay vào, đến khi hoạn nạn thì nào thấy ai. Cha thông cảm được nỗi cô đơn của người khác, nhưng cha không có thì giờ để cô đơn. Cha Lý lo cho những người con nuôi còn ở quê nhà, hỏi han những người con nuôi và các sinh viên cũ sống rải rác trên toàn thế giới. *"Hải à! Cha có một người học trò cũ hiện đang ở Pháp. Có thể cũng học con một năm trước khi đi Mĩ. Con cố lo giúp nó..."* Có lẽ chưa có ông thày nào nói tới học trò nhiều như vậy. Tôi chưa thấy cha nói về cha bao giờ. Trừ một hai câu trả lời khi hỏi thăm cha về sức khỏe và bệnh tật (cha mắc bệnh ngứa – lí do để được ra khỏi nước năm 1980, và sau này mắt bị kém).

(Tiếng Kèm, Quỳnh Anh, Virginia, USA., 1998, tr. 659-660.)

CHÚ THÍCH

Tiểu luận:	*Tiểu: nhỏ. Luận: bàn bạc.*
	- Một bài ngắn và sơ lược bàn về một vấn đề gì.
Giám khảo:	*Giám: trông coi, xem xét. Khảo: kiểm tra, kiểm soát.*
	- Người chấm bài trong một cuộc thi.
Giảng viên:	*Giảng: giải thích cho rõ. Viên: người.*
	- Người giảng dạy.
Thắm thiết:	*đậm đà, thân mật.*
Nghệ sĩ:	*Nghệ: chỉ nghệ thuật. Sĩ: kẻ có học thức.*

- *Người chuyên về một hay vài bộ môn nghệ thuật: văn sĩ, họa sĩ v.v... đều là nghệ sĩ.*

Cô đơn: *Cô: lẻ loi. Đơn: một mình.*

- *Lẻ loi một mình.*

Thông cảm **(như cảm thông):** *Cảm: xúc động. Thông: suốt, hiểu rõ.*

- *Hiểu nhau. Người này cùng một cảm xúc, một hiểu biết, một ý nghĩ với kẻ khác.*

TRẦN DIỆU HẰNG
Bút hiệu Trần Thị Núi Sông
Sinh năm 1952 tại Hà Nội, Bắc Việt.

MỘT CHỖ BÊN LÒ SƯỞI

Ở giữa trạng thái thức và ngủ, chàng nghe thấy tiếng chim. Những âm thanh ríu rít đem buổi sáng tới với ý thức chàng, rộn rã, trong vắt và êm đềm. Buổi sáng. Tiếng chim. Trong tiềm thức chàng, chợt thấp thoáng một cảm giác thanh thản lạ lùng, cảm giác của những buổi sáng Đà Lạt quá khứ, chàng thức giấc huýt sáo miệng vui vẻ, thấy một ngày mới trải dài trước mắt. Có nhiều việc phải làm, nhưng là một thứ bận rộn thong dong. Thế giới chung quanh là của chàng, tha hồ đi đứng nói cười hoạt động. Chàng nắm trong tay một ngày mới, tùy ý định liệu cách tiêu pha.

Lâu nay, chàng thường thức dậy hoảng hốt vì tiếng reo của chiếc đồng hồ báo thức, hoặc tiếng động cơ xe ầm ầm dưới đường. Xa hơn nữa trong trí nhớ, chàng thức giấc vì tiếng kẻng chát chúa và tiếng quát tháo của những người cai tù, ngao ngán nghĩ đến một ngày lao động quần quật. Nhưng hôm nay là tiếng chim. Phải rồi. Tiếng chim. Cũng buổi sáng, cũng khung cửa sổ gần giường ngủ, cũng bức màn cửa mỏng màu trắng nhờ, nhưng khoảng cách thời gian phải đến mười lăm năm.

Ý thức trở về với chàng trọn vẹn, cảm giác thanh thản đã từng rất quen thuộc trong quá khứ đó chỉ ở với chàng vài giây rồi vụt tắt. Nhưng tiếng chim, những con chim ở đâu đến vậy? Chàng nhổm dậy mở tung cánh cửa sổ. Hơi lạnh dịu dàng của buổi sáng mùa thu ùa vào mặt chàng. Mấy chú sẻ nâu nhỏ bé đang thưởng thức mẩu bánh mì chàng tiện tay ném tối qua khi đi ngang sân. Cây thông già cỗi xơ xác trồng gần cửa sổ, dù sao, vẫn đem lại chút vẻ lãng mạn cho khu vườn. Vài chú sẻ thấy động bay ùa lên trốn nấp trong những tàn cây. Nếu chàng đứng đưa mắt nhìn xa hơn để thấy đám cỏ dại mọc bừa bãi theo lối đi tráng xi-măng nứt nẻ, chen lẫn với dúm rau răm rau húng của bà hàng xóm, và xa hơn nữa, để thấy đám quần áo phơi la liệt trên một sợi dây giăng ngang hai cọc gỗ xiêu vẹo, chàng sẽ có thể lơ mơ quanh trở lại quá khứ sống thêm vài phút nữa.

Căn phòng xây ở gần cuối vườn, biệt lập hẳn với dãy nhà phía trước, những tiếng động ngoài đường chính bị chặn lại bởi bức tường dày xây chắn ngang chỉ chừa một lối đi. Hôm nay là buổi sáng đầu tiên ở tiểu bang Cali ấm áp. Không có chuông đồng hồ báo thức. Cũng không có tiếng động cơ xe gầm rú dưới đường vì chỗ trọ cũ của chàng gần ngay mặt lộ. Không phải vội vàng mặc quần áo xuống nhà xe mở máy rồi trở vào phòng vệ sinh. Không phải co ro trong chiếc áo khoác dày cộm đi dưới trời tuyết bay phất phới. Buổi sáng tới êm đềm trong tiếng chim, nhưng chàng đã không thể có cảm giác thanh thản, đầy tràn, giàu có, bận rộn một cách thong dong của những buổi sáng nào đó trong quá khứ. Thế giới chung quanh vẫn như không phải của chàng, chàng không cảm thấy đang nắm trong tay một ngày đầy ắp để tiêu pha. Tại sao? Cũng là ngày tháng trong đời. Cũng là một nơi chốn. Và lại là một nơi chốn chàng may mắn thoát chết mà tới được! Cảm giác, cảm giác thật là một cái gì rắc rối bất trị, ở ngoài lý trí. Thật ra thì chàng cố gắng sống đơn giản, không nghĩ nhiều. Chàng thường dùng lý trí sắp xếp mọi việc, kể cả việc tránh né những cảm giác thỉnh thoảng ào dậy không báo trước. Giá cả của sự buồn bã rất ư mắc mỏ trong đời sống hiện tại của chàng. Chàng mỉm cười với những con chim và đóng cửa sổ lại.

(Trăng Đất Khách (tuyển tập thơ văn), Làng Văn, Canada, 1987, tr. 197-199.)

CHÚ THÍCH

Trạng thái:	*Trạng: hình dáng. Thái: vẻ, dáng điệu.*
	- Dáng điệu, cách thế phô bày ra bên ngoài.
Tiềm thức:	*Tiềm: ẩn núp, kín đáo. Thức: biết.*
	- Ý thức ngầm, sự nhận biết tự nhiên, không do lý trí khảo sát tìm tòi.
Ý thức:	*Ý: điều mình suy nghĩ trong lòng. Thức: biết.*
	- Nhận hiểu ra.
Cảm giác:	*Cảm: xúc động. Giác: biết.*
	- Nhận biết do một trong năm giác quan tiếp xúc với sự vật bên ngoài.
Lãng mạn:	*Lãng: sóng dậy, phóng túng. Mạn: đầy tràn, tùy thích không gò bó.*
	- Phóng túng không bị ràng buộc (như sóng bể khơi).
Biệt lập:	*Biệt: riêng ra, khác hẳn. Lập: xây dựng, đặt ra.*
	- Lập riêng ra, ở riêng một nơi.
Lý trí:	*Lý: lẽ. Trí: thông minh, hiểu biết của con người.*
	- Trí nhận xét, phê phán theo lẽ phải, không bị tình cảm chi phối,

NGUYỄN XUÂN HOÀNG

Bút hiệu Nguyễn Nam Anh
Sinh ngày 07/07/1937 tại Khánh Hòa.

KÝ ỨC VỀ NGÔI NHÀ TÔI ĐÃ SỐNG

Nhà nằm sâu trong một ngõ cụt, trên góc đường Kỳ Đồng và Trương Minh Giảng. Cái sân chung của những ngôi nhà trong cùng một ngõ không ra hình chữ nhật cũng chẳng giống hình bầu dục. Ngay đoạn giữa là bụi, sỏi vụn và đá xanh lởm chởm. Nhà đâu mặt vào nhau cho thấy nhiều giai tầng xã hội trong một tập hợp thân ái mà nhạt nhẽo. Bên mặt là dãy nhà giầu, có sân riêng lót gạch đỏ, cổng sắt và cửa gỗ đánh véc-ni. Căn đầu là của một cặp vợ chồng Đức-Việt. Chồng làm ở tòa đại sứ Đức, vợ ở nhà trông con, hai đứa con lai cao lớn tóc vàng óng. Nhà kế là của ba chị em người Đà Nẵng, chị cả làm thư ký ở Tòa Đại Sứ Úc, chị thứ hai là y tá bệnh viện Grall và cô Út đang học trung học. Cả ba đều chưa chồng, nhưng cô Út đang mang bầu. Căn thứ ba là của một giáo sư dạy trường Nha và đang hành nghề chữa răng và chuyên làm răng giả tại gia. Vợ là bác sĩ mới ra trường. Ở trong cùng, đối diện với mặt đường là ba căn nhà: một biệt thự của một chủ ngân hàng, có cổng lớn, nhiều cây to và hơi tối. Tôi chưa vào nhà ấy lần nào nhưng tôi được nghe là nó rộng và đẹp lắm. Nhà sát đó là của một người thợ sửa xe đạp với đám con bụng ỏng da xanh mướt. Kế bên là nhà của một người đàn bà lấy chồng Mỹ. Phía bên trái là một căn nhà nhỏ thông qua đường Trương Minh Giảng. Nhà có sân tráng xi măng, với một cây trứng cá thay hàng rào. Phòng khách và bếp dàn hàng ngang. Buồng ngủ là căn gác sàn gỗ gần sát mái tôn. Cửa sổ mở ngó ra đường Trương Minh Giảng, không tránh nổi cơn nắng chiều quái ác.

Trong căn nhà đó, tôi đã có những buổi sáng thức dậy một mình, lo cho các con bữa ăn sáng và lo cả cho chính bản thân tôi, rồi tôi đưa chúng đi học, trước khi đến sở làm.

Trong căn nhà đó, tôi đã có những buổi trưa ngồi nhìn các con ăn trong nỗi chán chường của một gia đình mục rã, nơi có một người đàn bà chỉ nghĩ đến mình, chăm sóc phần ngoài của mình hơn là lo cho chồng cho con.

Trong căn nhà đó, tôi đã có những buổi tối trở về khi các con tôi đã ngủ, tự làm lấy thức ăn một mình, tự ngồi một mình trên bàn cơm với cái chén, đôi đũa và sự cô đơn của một con người.

Nhưng thế nào là một gia đình?

Câu hỏi ấy sao cứ luôn luôn trở đi trở lại mãi trong đầu tôi?

Một tế bào của xã hội, mà nếu thiếu nó xã hội chẳng là gì cả?

Một đơn vị gia cư?

Một tập hợp những cá thể, gồm một người đàn ông và một người đàn bà, và, nếu có thể, những đứa con?

Một chốn hợp pháp dành cho sự gặp gỡ của giống đực và giống cái?

Một nơi để trở về sau khi đã ra đi?

Một hang động để trú ẩn?

Tôi đã có một gia đình chưa?

Hình như là đã có theo một trong những ý nghĩa đó, và hình như là chưa theo một trong những câu trả lời kia.

(Người Đi Trên Mây, Người Việt, California, USA., 1987, tr. 64-66.)

CHÚ THÍCH

Biệt thự:	*Biệt: riêng. Thự: ngôi nhà riêng biệt ra một nơi, khác với ngôi nhà chính.*

- Nhà riêng có vườn.

Tế bào:	*Tế: rất nhỏ. Bào: chất nhỏ nhất kết thành trong một sinh vật.*

- Phần tử rất nhỏ kết hợp lại thành từng bộ phận các sinh vật.

Xã hội:	*Xã: nơi những người cùng chí hướng hợp lại (thi xã). Hội: nhóm họp.*

- Có hai nghĩa:

1. Dân chúng họp lại thành một đoàn thể lớn có tổ chức.

2. Nhiều người cùng chung một giai cấp, cùng chung một quyền lợi hợp lại với nhau.

Đơn vị:	*Đơn: một. Vị: ngôi thứ.*

- Có hai nghĩa:

1. Một tiêu chuẩn dùng để đo lường.

2. Một thành phần trong quân đội.

Gia cư:	*Gia: nhà. Cư: ở.*

- Nhà mình ở.

Cá thể:	*Cá: một cái, một người, từng người. Thể: thân mình con người.*

	- Chỉ riêng một người.
	Nghĩa rộng: tư, riêng (việc cá nhân).
Ý nghĩa:	*Ý: điều mình suy nghĩ trong lòng. Nghĩa: ý của một chữ, một câu.*
	- Nghĩa lý.
	- Nghĩa rộng: sự thích đáng, lẽ phải (việc làm có ý nghĩa).

TRẦN LONG HỒ
Tên thật Trần Trúc Quang
Sinh tại Vĩnh Long.

CHA TRUNG

Tiếng gọi quen thuộc của cha Trung từ bên ngoài vọng lại. Giọng trầm ấm lẫn với gió biển như tiếng reo báo thức từ mấy ngày nay.

Tôi bước ra ngoài. Buổi sáng bắt đầu với gió biển dìu dịu và sóng biển lăn tăn vừa vặn đập vào bờ. Từ cuối chân trời mặt nước xanh phẳng lì đã dừng lại để từ đó một vầng hồng rạng rỡ phá tung màu xám nhạt của đêm còn sót lại. Những tia sáng nguyên sơ xô dạt mấy đám mây còn rụt rè xếp nếp rồi vầng hồng tỏa một vệt sáng chạy dài trên mặt biển. Xa quá, chưa có ánh nước lấp lánh, chưa có mây cao và biển thấp, chưa có đất trời chia nhau ngôi vị. Chỉ có một tròng trứng đỏ nở ra từ bờ chia biển trời huyền hoặc. Như thế, mỗi ngày từ sáng tinh sương, tôi chứng kiến trời đất làm chuyện khai sinh. Tôi không chán và dĩ nhiên trời đất cũng đồng tình chuyện đó cho đến khi có tiếng gọi của cha Trung. Chính tiếng gọi ấy lẫn với gió biển xôn xao ngoài kia mới thật sự báo hiệu một ngày bắt đầu.

Cha Trung đang đứng phía sau túp lều, bỏ hai bàn tay vào túi áo ấm. Ông đội cái mũ nỉ xám trùm cả đầu xuống tận chân mày. Đôi mắt ông đang nheo lại vì gió biển. Tôi bước đến gần, cha có lạnh lắm không? Ông cười gật đầu, độ rày tôi cảm thấy yếu đi, sáng không mặc áo ấm chịu không nổi. Tôi ái ngại nhìn ông, có lẽ cha làm việc nhiều quá, sáng nay cha ghé qua trạm xá đi. Tôi định như vậy, nhờ anh ghi cho cái toa thuốc chở tôi ngại chích lắm. Tôi cười, cha uống thuốc đủ rồi đâu cần phải chích.

Cha Trung và tôi đi dài theo bãi cát. Hàng ngàn túp lều đủ màu sắc và kích thước trải dài mút mắt trên bãi. Số người tỵ nạn đã lên hơn bảy ngàn người, các barracks không còn đủ chỗ nữa. Những túp lều đó được dựng lên vội vã từ một tuần nay. Lều của tôi cũng nằm trong tình trạng đó. Nó được dựng cặp theo thành một chiếc ghe cũ đã gần sập. Chiếc ghe này bị người ta kéo bỏ trên bãi không biết tự lúc nào. Lúc tôi đến nó đã nằm ngả nghiêng ở đó. Không ai chú ý đến nó, nhưng tôi tìm thấy ở nó một điểm tựa chắc chắn để chống lại các cơn gió mạnh thường xuyên thổi tốc lên từ biển. Túp lều của tôi chỉ là tấm ni-lông được căng ra với mấy thanh cây mỏng manh, nhưng nhờ chiếc ghe cũ che chở phía sau nó trông vững chắc hơn các chiếc khác.

Chúng tôi đi lần về phía đầu trại, chỗ mấy quán cà-phê dựng tạm bợ trên bãi cát. Tôi quen cha Trung chỉ mới hơn một tuần lễ, dịp ông lên khám bệnh trên bệnh xá. Cha năm nay trên bốn mươi, đi tu từ nhỏ hiện đang ở trong nhà thờ của trại. Cha là một người trong ban xã hội giúp đỡ cho dân rất đắc lực. Tôi cảm thấy thân mật ngay với cha sau lần khám bệnh đầu tiên. Có lẽ lý do quan trọng nhất, tôi nghĩ, cha là một linh mục nhưng không nói quá nhiều về đạo, không nhân dịp thuận tiện bất cứ lúc nào để giảng đạo cho tôi, như những người khác thường làm.

(Niềm Vui Ung Thư, Minh Văn, Virginia, USA., 1991, tr. 59-60.)

CHÚ THÍCH

Nguyên sơ: *Nguyên: đầu, đứng đầu, lớn. Sơ: đầu hết, mới khởi sự.*
- Đầu tiên.

Huyền hoặc: *Huyền: sâu xa, kín đáo. Hoặc: mê loạn, không thật.*
- Ly kỳ, bí mật, viển vông, không thật.

Tinh sương: *Tinh: sao. Sương: sương.*
Nghĩa bóng: sáng sớm, lúc trời còn lờ mờ, còn sao và mù sương.

Tị nạn: *Tị (tỵ): tránh. Nạn: tai họa, việc rủi không ngừa trước được xảy đến có hại cho mình.*
- Lánh nạn, tránh hoạn nạn.

Barracks: *doanh trại.*

Đắc lực: *Đắc: được. Lực: sức.*
- Đầy đủ sức để làm việc kết quả mỹ mãn.

NGUYỄN TRUNG HỐI

Sinh năm 1938 tại Huế.

TRONG MÊ CUNG

Trong những năm hoang mang nhất sau biến cố 1975, tôi được đổi về dạy học tại một trường trung học ở khu Xóm Chiếu, Khánh Hội, một vùng nổi tiếng là dữ của Sài Gòn. Một trong những lớp tôi dạy và làm chủ nhiệm là một lớp gồm những học sinh lười biếng và quậy phá nhất. Giờ dậy đầu tiên ở lớp ấy, tôi đã đem hết tài năng giảng thật xuất thần một bài thơ "cách mạng" trong chương trình. Trong lúc thao thao bất tuyệt, tôi đã bắt gặp nhiều đôi mắt biểu đồng tình và ngưỡng mộ, nhưng cũng không ít có những đôi mắt nhìn tôi ngụ ý mỉa mai, hoặc tỏ vẻ thương hại. Xong bài giảng, theo thói quen, tôi hỏi:

- Bài giảng tạm ngừng ở đây. Em nào có thắc mắc điều gì xin cho cô biết.

"Có em!"

Đáp lại lời tôi, một học sinh da đen ngồi ở cuối lớp đã

lên tiếng. Đấy là một em lai Mỹ mà thoạt vào lớp tôi đã nhận thấy rồi.

Tất cả học sinh trong lớp đều quay lại nhìn em và rúc rích cười với nhau như chờ đợi một màn gay cấn sắp xẩy ra. Tôi bảo:

"Em có điều gì thắc mắc cứ hỏi đi!"

Em nói:

"Chúng em có một thắc mắc mong cô giải đáp: Chúng em muốn biết những điều cô vừa giảng dạy rất hay ho và có sức thu hút chúng em mà chưa bao giờ chúng em được gặp ở một thầy, cô khác... Cô hãy nói thật, bản thân cô, cô có tin không?"

Thật là một câu hỏi bất ngờ! Tôi lúng túng mất mấy giây, nhưng bình tĩnh được ngay, liền bảo:

"Câu hỏi của em không đi vào nội dung bài học. Đáng lẽ cô không cần phải trả lời. Nhưng để tâm tình với các em một chút trong buổi sơ giao, cô muốn các em nhớ điều này, nhất là các em cũng đã khá trưởng thành, là: có những điều không cần phải nói ra, chỉ qua ánh mắt là hiểu nhau rồi. Thứ hai, năm nay là năm các em phải thi tốt nghiệp, chuyện cô có tin hay không, không cần thiết mà chính là em phải thuộc bài, nếu các em muốn đỗ."

Rồi tôi bảo riêng em:

"Lần nầy thì không kể, nhưng lần sau em không nên hỏi những câu như thế. Tuy nhiên, có thắc mắc vẫn tốt, điều ấy chứng tỏ em có chú ý nghe giảng."

(Trong Mê Cung, Văn Học, California, USA., 1999, tr. 216-218.)

CHÚ THÍCH

Chủ nhiệm: *Chủ: người đóng vai trò quan trọng hay nắm quyền chỉ huy hoặc hướng dẫn để làm một công việc gì. Nhiệm: nhận lãnh, phụ trách một công việc gì.*

- Người đứng đầu một cơ quan đảm nhận công việc và chịu trách nhiệm trước pháp luật.

Giáo viên chủ nhiệm: *giáo viên phụ trách việc hướng dẫn và điều hành mọi sinh hoạt của học sinh trong một lớp học.*

Ngưỡng mộ: *Ngưỡng: ngẩng đầu lên (một cử chỉ để tỏ lòng kính trọng). Mộ: mến.*

- Kính trọng yêu mến.

Ngụ ý: *Ngụ: gửi gắm. Ý: điều suy nghĩ trong lòng.*

- Ngầm gởi ý vào lời nói, câu văn.

Bản thân: *Bản: gốc, thuộc quyền sở hữu của một người nào. Thân: thân thể.*

- Thân thể mình, người mình.

Nghĩa rộng: đời mình, thân thế mình.

Nội dung: *Nội: bên trong. Dung: chứa.*

- Những gì chứa đựng bên trong.

Sơ giao: *Sơ: đầu. Giao: qua lại với nhau.*

- Lần đầu tiên giao thiệp với nhau.

Trưởng thành: *Trưởng: lớn. Thành: nên.*

- Đã khôn lớn nên người.

LÊ THỊ HUỆ
Sinh năm 1953 tại Cẩm Xuyên, Hà Tĩnh.

CHIỀU CỔ THỤ

Nhàn kéo tấm màn cửa sổ mầu lá mạ về phía trái. Mới chỉ hai giờ chiều mà tia nắng cuối thu đã yếu ớt và quạnh quẽ đứng tần ngần ngoài khung kính, không chịu vào thắp sáng căn phòng. Nàng giữ yên ánh điện nhỏ trên bàn phấn, mở cao độ ấm của lò sưởi, rồi kéo chiếc ghế bành nhung cũ tới gần màn cửa và ngồi xuống.

Nhàn hất tung mở tóc đang ủ trong khăn lông. Tóc nàng rũ xuống ngang lưng, ướt nhòe cả bờ vai. Nhàn cầm máy sấy tóc, mở nút điện, đưa từng lọn tóc mun đen lên hong. Tiếng máy sấy gõ nhẹ vào không gian của căn phòng hẹp không khua động nổi bầu khí âm u lạnh lẽo đang quánh đặc chung quanh Nhàn. Cánh cửa phòng nàng khép hờ, thông ra ngoài phòng khách, phòng bếp, và một phòng ngủ xéo phòng nàng, thảy đều lặng như tờ. Căn nhà không một tiếng vang ngoài tiếng máy sấy tóc, và những tiếng động của nàng chuyển dịch. Nhàn thấy gờn gợn tê thiếp trong cõi chiều đang bám lấy thế giới của nàng . Nhàn thấy ngột ngạt trong ráng chiều nam châm đang lan dần trong căn phòng. Không gian này hờ hững và vô tình. Nhưng ráng chiều như đang tua ngàn triệu chân bạch tuộc li ti bám chặt lên nó và lên cả Nhàn, càng lúc càng hút sâu xuống tận cùng mọi thứ.

Nhàn sấy xong mớ tóc, dời ghế đến bên chiếc máy thâu thanh, với tay định cho cuộn băng Tiếng Tơ Đồng vào máy. Nhưng có tiếng nhói từ một miền của ký ức chảy xuống lồng ngực, len lách qua cơ thể đến tận mấy đầu ngón tay, và ngăn chận cử chỉ này lại. Nhàn quay sang vặn băng tần F.M. Một điệu nhạc không lời xa lạ trổi lên vỗ vào tảng không gian chiều vắng lặng.

Nhàn trở lại ghế bành cũ, ngồi nhìn ra bên ngoài. Bầu trời xám trên hàng cây khô rụng lá. Những cánh cửa của dãy nhà đối diện khép kín mít. Hàng cột đèn giăng những đường dây điện trơ vơ. Nhàn nhìn quanh. Chỉ một mình nàng.

Thế mà bao nhiêu buổi chiều như chiều nay đã đâm rễ, đã bám lấy xuống đời nàng. Bỗng chiều nay, Nhàn nhận ra rằng nàng đã lủi thủi ngồi sấy tóc bên khung cửa sổ này biết bao lần. Nàng đã cắt biết bao mớ tóc. Và nàng đã gội không biết bao nhiêu chai Herbal Essence.

Thời gian không trôi đi, mà nó cứ phủ lên lớp sương năm tháng, lớp áo lịch sử trên đời nàng. Và trí nhớ của nàng thì như quả tinh cầu đong đưa, chỉ cần lắc nhẹ một cái là bao nhiêu kỷ niệm lần lượt hiện về trên ấy.

(Bụi Hồng, Lũy Tre Xanh, California, USA., 1984, tr. 37-38.)

CHÚ THÍCH

Cổ thụ: *Cổ: xưa. Thụ: cây.*
- Cây trồng đã lâu năm, già cỗi.

Chuyển dịch: *Chuyển: lay động, dời từ chỗ này qua chỗ khác.*
Dịch: thay đổi.
- Dời đổi.

Ráng chiều: *mây chiều ửng đỏ khi mặt trời sắp lặn.*

Ký ức: *Ký: ghi nhớ. Ức: nhớ.*
- Ghi nhớ những việc đã qua.

Tinh cầu: *Tinh: sao. Cầu: vật hình tròn như quả bóng.*
- Ngôi sao.

Kỷ niệm: *Kỷ: ghi lại. Niệm: tưởng, nghĩ đến.*
- Ghi nhớ lại.

CAO XUÂN HUY

Sinh ngày 01/09/1947 tại Hà Nam, Bắc Việt.

NHỮNG CÁI CHẾT HIÊN NGANG

Lại rất nhiều người bị bắn ngã từng chặng từng chặng khi chạy qua những cái chốt của Việt cộng. Chưa bao giờ bọn này được bắn sướng tay đến như vậy. Mỗi tràng đạn ít ra cũng phải trúng vài ba người. Nhưng ai ngã mặc ai, những người chạy vẫn cứ chạy.

Lại có rất nhiều người tự tử. Bây giờ họ không tự tử từng người, từng cá nhân mà họ tự tử tập thể. Không rủ, không hẹn và hầu như họ đều không quen biết nhau trước hoặc có quen biết đi nữa, bạn bè đi nữa, họ cũng không thể nhận ra nhau trước khi cùng chết với nhau một lúc. Dòng người chúng tôi đang chạy, một người tách ra ngồi lại trên cát, một người khác cũng tách dòng người ra ngồi chung, người thứ ba, người thứ tư, người thứ năm nhập bọn, họ ngồi tụm với nhau thành một vòng tròn nhỏ, một quả lựu đạn nổ bung ở giữa.

Dòng người chúng tôi tiếp tục chạy, lại một người tách ra ngồi trên cát, lại người thứ hai, người thứ ba, người thứ tư... nhập bọn, lại tụm với nhau thành một vòng tròn nhỏ, lại một quả lựu đạn nổ bung ở giữa.

Dòng người chúng tôi vẫn cứ tiếp tục chạy, lại một người tách ra ngồi trên cát, lại người thứ hai, người thứ ba, người thứ tư...

Tôi không thể nhớ để mà đếm nổi là đã có bao nhiêu quả lựu đạn đã nổ ở giữa những vòng tròn người như vậy. Nhiều, thật nhiều quả lựu đạn đã nổ.

Chúng tôi vẫn cứ chạy, những người tự tử tập thể vẫn cứ tụm thành những vòng tròn, quân đội Nhật năm 1945 khi đầu hàng cũng không thể nào hào hùng hơn thế này được. Lịch sử Việt Nam chưa thấy viết một dòng nào về những cái chết hiên ngang của những thằng tốt đen như vậy, nhưng họ có đó, vẫn oại hùng khí phách chấp nhận những cái chết vô danh như vậy.

Chúng tôi vẫn cứ chạy, khi ngang qua những cái chốt của Việt cộng, những người bị bắn trúng vẫn cứ ngã, những người tự tử vẫn cứ nổ lựu đạn. Ngoài biển vẫn có ánh đèn của những chiếc tàu qua lại.

Những người phía trước chạy chậm dần, chậm dần rồi ngừng lại.

(Tháng Ba Gãy Súng, Đại Nam, California, USA., 1990, tr. 154-155.)

CHÚ THÍCH

Hiên ngang: *Hiên: cao. Ngang: cao.*
- Dùng để nói một vật gì cao.
Nghĩa bóng: cao lớn, uy dũng hơn người.
Chốt: *vật để gài (cài), để nêm cho chặt.*

- Chốt của Việt cộng: chốt thường gồm một, hai hoặc ba hố, hoặc hầm gần nhau.

Bộ đội Việt cộng ẩn trú trong các hố hoặc hầm này, sử dụng vũ khí cá nhân hoặc cộng đồng, tác xạ nhằm ngăn chặn bước tiến quân, hoặc rút lui của Quân Lực Việt Nam Cộng Hòa.

Tự tử: *Tự: chính mình. Tử: chết.*

- Chính mình làm mình chết.

Tập thể: *Tập: nhóm họp lại. Thể: đoàn thể.*

Tự tử tập thể: *Những người lính Việt Nam Cộng Hòa đã sống và chiến đấu. Họ đã từng chứng kiến bao nhiêu cách chết và kiểu chết. Vào những tháng đầu năm 1975, miền Nam lên cơn hấp hối, họ tuyệt vọng khi thấy sức cùng, lực cạn và phương tiện tối thiểu để tự vệ cũng không còn. Họ tự biết thân phận của họ, nên đã "tự tử tập thể" để tránh cho họ cái chết dã man hơn mà đồng bào của họ đã từng phải chịu trong Tết Mậu Thân (1968) ở Huế: sợ bị đập vỡ trước khi bị xô xuống hố chôn tập thể.*

Oai hùng: *Oai: uy nghiêm. Hùng: mạnh mẽ.*

- Uy nghiêm và mạnh mẽ.

Khí phách: *Khí: tinh thần phát lộ. Phách: tinh thần con người nương vào hình thể để tồn tại.*

- Tinh thần mạnh mẽ không chịu khuất phục điều xấu.

NGUYỄN VY KHANH

VĂN HỌC VÀ THỜI GIAN

Lịch sử Việt Nam từ hai thế kỷ nay đã là một chuỗi những biến cố lớn, những biến động và chiến tranh. Chúng ta cũng đã nhiều cơ may rủi *lịch sử* và *địa lý*, tiếp xúc với văn minh Âu Mỹ cũng như những ý thức hệ và tư tưởng chính trị, dân chủ Tây phương. Rồi những phong trào, vận động, lực lượng, mặt trận, chiến tranh, hiệp định rồi hiệp định, rồi Đông du, Tây du, Mỹ du v.v... Tất cả những biến động đó đã để lại nhiều dấu ấn trong văn học Việt Nam. Văn học cũng như cuộc sống, năng động biến chuyển không cùng, theo thời đại và cả con người. Thời văn học thịnh, phận người thong dong. Thời suy vong của một, cũng là buổi khốn cùng của tất cả! Văn học do đó liên hệ đến thời gian, một thời gian sinh hoạt, thăng trầm và một thời gian để nhìn lại. Thời gian cũng giúp con người ở một giai đoạn và một không gian địa lý, có một hay nhiều thể loại, khuynh hướng văn chương khác nhau cũng như có những thẩm thấu văn học đa dạng.

Văn học Việt Nam từ hơn hai thập niên qua càng tỏ rõ sự gắn liền mật thiết với thời gian dù yếu tố địa lý và trường phái, tư duy cũng quan trọng không kém. Và phần lớn là một thời gian quá vãng với những người viết sống cho quá khứ, sống vì quá khứ, sống lùi thời gian. Thời gian đã mất, nay tìm. Thất vọng với hiện thực, đành bước lùi. Từ hiện tại mà nhìn lại quá khứ. Vì tương lai, cũng quay về đó! Như thân phận sinh ra để đi tìm, như Lưu Nguyễn... Trong tìm kiếm nảy sinh những khám phá về *con người*, về cuộc đời, về *cõi người ta* và về chính mình. Hoài niệm, tư duy, làm văn chương, có tác giả đã tỏ lộ nhân cách, con người. Mặt khác, văn học đương đại phóng cái nhìn trở lại đoạn đường cận đại và cả hiện đại vừa qua: có những tiến bộ, bước nhảy, những trạm nghỉ, nhưng cũng có những nghi vấn, đặt lại vấn đề. Đất nước, dân tộc đang ở vào một thời đại ổn định *hình thức*, chúng ta vẫn còn nhiều vấn đề chung cần phải giải quyết cũng như nhiều *ngồi lại cần thiết* về lịch sử, xã hội, văn hóa cũng như văn học! Ở cái thế lý mà trong văn học những thể loại huyền thoại, truyện đời xưa, dị thường, chuyện vua chúa v.v... đã trở thành khuynh hướng quan trọng! Dù vậy, may thay, con người vẫn luôn là nền tảng và mục đích của những kiếm tìm văn chương, của những thể hiện văn học đó!

(Văn Học Và Thời Gian, Văn Nghệ, California, USA., 2000, tr. 9-10.)

CHÚ THÍCH

Biến cố: *Biến: thay đổi. Cố: việc, duyên cớ.*
- Việc thay đổi quan trọng đã xảy ra.

Ý thức: *Ý: điều mình suy nghĩ trong lòng. Thức: biết.*

- Nhận hiểu ra.

- Ý thức hệ: hệ thống tư tưởng về mặt triết lý, trận giặc ý thức hệ.

Phong trào: *Phong: gió. Trào: nước thủy triều.*

- Gió nổi dậy và nước thủy triều dâng lên.

Nghĩa bóng: việc gì ồn ào, huyên náo một thời.

Hiệp định: *Hiệp: hòa hợp. Định: quyết định.*

- Thỏa hiệp quyết định về việc gì (giữa hai hoặc nhiều quốc gia.).

Du: *đi chơi.*

Quá vãng: *Quá: qua, đi qua. Vãng: đã qua.*

- Qua đời, chết.

Hoài niệm: *Hoài: ôm ấp, tưởng nhớ. Niệm: nghĩ đến.*

- Nhớ tưởng.

Dị thường: *Dị: khác. Thường: không có gì lạ.*

- Khác thường, lạ thường.

Khuynh hướng: *Khuynh: nghiêng. Hướng: quay về.*

- Nghiêng về hướng nào đó.

LƯU TRUNG KHẢO
Sinh ngày 03/10/1933 tại Hà Nam, Bắc Việt.

KHÔNG QUÊN TIẾNG VIỆT

Sau ngày mất nước, cả triệu người Việt Nam phải gạt nước mắt bỏ quê cha đất tổ, lưu lạc tha hương. Một số phụ huynh vì quá quan tâm tới tương lai của con cái, chỉ lo chúng không thông thạo ngoại ngữ để theo đuổi việc học ở các học đường nơi cư ngụ. Những người thức thời thì ngay từ năm 1975 đã bảo đừng lo đám con em không thông thạo ngoại ngữ mà hãy lo chúng trong một tương lai không xa sẽ quên mất tiếng mẹ đẻ. Có vị đã làm đôi câu đối để nhắc khéo quý vị phụ huynh cả lo:

Chỉ sợ đàn con quên Việt ngữ

Đừng lo lũ trẻ dốt Anh văn

Nhiều người lúc bấy giờ không tin như thế. Nhưng đến nay thì sự thật đã thành hiển nhiên. Nhiều trẻ em trong các gia đình Việt Nam ở Mỹ, ở Pháp, ở Gia Nã Đại, ở Úc, ở Tân Tây Lan, ở Nhật Bản, ở Hòa Lan, ở Na Uy, ở Do Thái, ở Thụy Điển đã quên mất tiếng Việt. Sự quên lãng này có thể chia ra nhiều thứ bậc khác nhau:

Bậc 1. Ở bậc này, các em vẫn còn nói được, hiểu được tiếng Việt, viết được, đọc được chữ Việt. Nhưng chữ dùng sai, hiểu không được trọn vẹn, viết sai chính tả, phát âm không đúng, đọc chậm.

Bậc 2. Không nói được, ngoại trừ một vài tiếng thông dụng, hiểu được lõm bõm, không viết được, nhưng còn đọc được một cách khá vất vả.

Bậc 3. Không nói, không hiểu, không đọc và không viết được.

Những trẻ em này thích nói tiếng nước người hơn là nói tiếng mẹ đẻ, thích đề cao những cái hay của người mà miệt thị tất cả những cái gì của mình, kể cả cái hay cũng như cái dở. Đừng chê trách các em, vì lỗi không phải ở chúng. Quy trách nhiệm cho phụ huynh các em? Đúng một phần. Làm việc quần quật 8 tiếng đồng hồ một ngày lại còn phải đối phó với biết bao vấn đề phức tạp mới lạ nơi đất mới, nhiều phụ huynh không còn thì giờ đâu săn sóc tới việc dạy dỗ con em. Các em kết bạn với lứa tuổi đồng trang lứa nơi học đường, được dạy dỗ bằng ngôn ngữ nơi cư ngụ, theo tinh thần của môi trường nơi sinh sống. Như vậy thử hỏi làm sao các em không mau chóng hấp thụ ngoại ngữ và tiêm nhiễm tinh thần của quốc gia bảo trợ các em cho được. Đã thế, nhiều gia đình còn đi quá xa trong việc khuyến khích con cái sử dụng ngoại ngữ. Đến nỗi có ông phụ huynh nọ đã dán lên tường khẩu hiệu: "Gia đình tôi không nói tiếng Việt." Ông bà nói tiếng Anh, đổi họ thay tên để hội nhập cho lẹ vào tổ quốc mới. Ông bà đâu có biết rằng tiếng Anh ông bà sử dụng là loại tiếng Anh giới hạn và ngọng nghịu. Trẻ em hấp thụ ngôn ngữ mới dễ dàng hơn, nói tiếng Anh đúng giọng hơn, nên cảm thấy ngượng ngùng khi thấy cha mẹ chúng sử dụng tiếng Anh ba chớp ba nhoáng. Không nói cùng một ngôn ngữ, không suy tư giống nhau, không cùng một cái nhìn về mọi vấn đề, trong gia đình tự nhiên có một hố sâu ngăn cách. Hố càng ngày càng sâu, sự ngăn cách càng ngày càng lớn. Con cái vào một ngày đẹp trời nào đó, sẽ giã từ gia đình để hội nhập vào xã hội mới. Trong xã hội mới đó, chúng chỉ là một con số vô nghĩa. Chúng sẽ tan biến đi một cách vô tăm, vô tích như một hạt muối tan biến giữa đại dương. Gia đình sẽ mất chúng, tổ quốc sẽ mất chúng vĩnh viễn.

Con chim có tổ, con người có tông. Dạy dỗ cho con em sử dụng tiếng Việt thông thạo, viết và đọc chữ Việt, sách báo Việt lưu loát, trau dồi hồn tính Việt Nam nơi các em ngày một sáng chói là bổn phận của mọi người Việt Nam khi xa xứ. Chúng ta không có một sự lựa chọn nào khác nếu chúng ta không muốn con em mình trở thành một con số vô nghĩa trong đám nhân loại xô bồ này.

Ở các xứ Tây phương, muốn có một đời sống vật chất đầy đủ tưởng cũng không khó. Cái khó là ở chỗ sống sao cho có tư cách. Quên nguồn gốc tổ tiên, phủ nhận căn cước của chính mình không thể coi là người có tư cách được…

(Đường Sống (năm thứ tư, bộ mới), số 1, số đặc biệt 30/ 04/1986, California, USA., tr. 21&40.)

CHÚ THÍCH

Tha hương: *Tha: khác. Hương: cổng làng. Nghĩa rộng: quê quán của mình.*
- Xứ khác (không phải quê quán của mình)

Ngữ: *lời nói.*

Văn: *chữ, lời, đẹp đẽ.*

Hiển nhiên: *Hiển: hiện rõ, rõ ràng. Nhiên: vậy.*
- Tự nhiên trước mắt.

Thông dụng: *Thông: khắp, suốt. Dụng: dùng.*
- Dùng được khắp nơi, cho mọi người.

Miệt thị: *Miệt: khinh thường. Thị: nhìn.*
- Nhìn với cặp mắt khinh bỉ, coi thường.

Trang lứa: *Trang: cỡ, lứa, trạc (tiếng so sánh tầm vóc). Lứa: hạng, lớp.*
- Cùng lứa tuổi, tầm vóc cũng xuýt xoát.

Tiêm nhiễm: *Tiêm: thấm vào lần lần. Nhiễm: lây.*
- Thấm vào lần lần.
Nghĩa bóng: chịu ảnh hưởng.

Vĩnh viễn: *Vĩnh: lâu dài. Viễn: xa.*
- Mãi mãi không dứt.

Tư cách: *Tư: tính bẩm sinh. Cách: cách thức, lề lối.*
- Cử chỉ, dáng dấp, cách cư xử và sống ở đời.

TRẦN THỊ KIM LAN

Sinh ngày 19/06/1940 tại Cà Mau, Nam Việt.

NHẬT KÝ VIẾT CHO CÔ

Lớp học chỉ còn lại cô giáo. Học trò đã nghỉ hè từ hôm trước. Linh đang thu dọn lớp ngày cuối cùng trong năm học. Nắng bên ngoài rực rỡ làm sáng lên những "tác phẩm lớn" của học trò cô treo trên tường. Bức tranh "Con Rồng Cháu Tiên" của thằng họa sĩ Nghĩa chẳng những đáng chú ý ở chỗ mặt mũi của một đàn con nở ra từ một trăm cái trứng thật dễ thương mà còn lạ một điều là có nhiều đứa chân không sát đất. Điềm gì đây? Gió tạt mạnh vào cửa sổ. Bài luận của cô học trò xinh đẹp tên Tơ rơi xuống đất. Linh cúi xuống nhặt định vất đi, chợt thấy tiếc vì chữ viết quá đẹp và sạch sẽ...

Linh định bỏ vào giỏ những tập "Nhật Ký Viết Cho Cô" bỗng nhận ra còn cả giờ nữa mới được về. Cô ngồi xuống ghế dở ra từng tập, đọc đi đọc lại những dòng đáng lưu ý:

"...Thưa cô, ba má em nói ba má em liều mạng sống qua đây để cho tụi em học, cho nên em muốn học thiệt giỏi. Nhưng em mới qua, tiếng Anh còn dở, và ở đây đi xa quá. Chờ subway, xe buýt mất nhiều giờ làm bài không kịp. Chờ

em đâu có muốn không làm bài đâu. Cô đừng rầy, đừng giận em nghe cô..."

"*...Thưa cô, em giữ em cho má em đi làm. Em nó khóc hoài. Tới chừng nó chịu ngủ đem bài cô ra học mắt nó cứ ríu lại rán mở không ra. Nhà em đông, công chuyện làm không xuể, ba em đánh em bầm mình còn biểu em tự vận đi. Thưa cô sao anh của em không làm gì hết mà không bị rầy còn được đi chơi? Hẹn cô trang sau. Học trò của cô. Hiền.*"

"*...Em sẽ trở thành Hero. Rồi em có rất nhiều tiền. Em sẽ cứu hết mấy đứa con nít ở Africa, đem tụi nó qua America cho học English get được good job. Good bye cô. Quoc Nguyen...*"

"*...Tui vuôi mừng được đi học lại. Tui lớn tuổi tối dạ chậm hiểu thật nhiều, đều gán học cũng hiểu chút đỉnh. 12 tuổi tui đi làm nui va đình. Bây giờ 17 tuổi tui đi học để nữa nui thân. Tui lái tàu vượt biên đưa 21 người tới đảo yên ổn. Tui hoàn thành chách nhiệm. Hết chiện đời tui.*"

"*...Đêm qua em nằm mơ thấy về Việt Nam. Lúc đó em giàu có lắm. Vui thiệt là vui. Lúc đó em 21 tuổi, đi về bằng máy bay riêng của em. Em đáp máy bay xuống phân phát đô la, vàng, kim cương cho từng nhà. Chưa hết xóm thì đồng hồ reo sáng rồi phải dậy đi học. Em tức thiệt là tức, em nhắm mắt cho ngủ lại để phát hết cho mọi người.*"

"*...Trên tàu em làm thinh 10 ngày. Không nói tiếng nào, không ăn chút nào. Em tỉnh lại em thấy em đang ở trên đảo. Bây giờ em ở đây. Em đi từ xứ này qua xứ khác như đi trong giấc mơ. Tụi nó đặt tên em là thằng Hoàng câm, nhưng em không giận tụi nó. Em thích học lắm cô à.*"

"*...Thưa cô, hôm qua em được thư của má em. Má em biểu ba em đừng uống rượu. Ba em bỏ đi chiều tối về thì* *thấy ổng say. Ba em nói mày đừng tưởng tao không nghe lời má mày. Tại tao nhớ má mày quá nên tao uống rượu. Như vậy là em biết ba em nghe lời má em, và em với ba em ngồi khóc. Em nằm chiêm bao thấy má em hoài. Má kỳ lắm cô à, lần nào em đưa tay níu má cái thì giựt mình thức dậy."*

Linh vuốt từng quyển tập cất vào giỏ. Cô nhìn xuống hàng ghế trống tưởng chừng như thấy rõ từng tâm hồn dễ thương và cao đẹp đang hòa trộn trong niềm yêu mến rạt rào đang tràn ngập lòng cô. Cô lật vội sổ tay ra viết vội mấy dòng:

Nhật Ký Viết Cho Học Trò.

Các em thân yêu, cô đang vùng thoát ra khỏi mộng mị của đời mình, gạt bỏ những ước mơ không tới, những lý tưởng xa vời, để sẵn sàng hơn bao giờ cả nắm lấy tay các em. Bởi cô đã nhìn các em tường tận, và cô đang thấy những bàn tay... những bàn tay mà mới ngày nào hãy còn lẹ làng tung lưới cá, thoăn thoắt cấy ngoài đồng, bỗng hóa thành vụng về trên đất lạ, lạc lõng giữa học đường... Và đêm đêm còn có những bàn tay đưa ra, chới với bắt hụt hình bóng mẹ khi giấc mơ tàn...

(Gió Đêm, Văn Nghệ, California, USA., 1989, tr. 128-131.)

CHÚ THÍCH

Nhật ký: *Nhật: ngày. Ký: ghi.*
                  - Ghi vào mỗi ngày

Lưu ý: *Lưu: để lại. Ý: ý nghĩ.*
                  - Để ý vào một việc gì.

Tự vẫn (tự vận): *Tự: chính mình. Vẫn: cắt.*
                  - Tự cắt cổ mà chết.

"Vuôi" mừng *(lỗi chánh tả)*: *vui mừng.*
"Gán" học *(lỗi chánh tả)*: *rán học.*
"Nui" "va" đình *(lỗi chánh tả)*: *nuôi gia đình.*
"Chách" nhiệm *(lỗi chánh tả)*: *trách nhiệm.*
"Chiện" đời *(lỗi chánh tả)*: *chuyện đời.*

Tui:	*tôi.*
Mộng mị:	*Mộng: chiêm bao. Mị: ngủ say.*
	- Điều thấy trong mộng, không có thực.
Lý tưởng:	*Lý: cái lẽ, Tưởng: nghĩ ra.*
	- Ý nghĩ tốt đẹp nhất về một vấn đề gì.
Mơ mộng:	*Mơ: mê, mộng, chiêm bao. Mộng: giấc chiêm bao.*
	- Tưởng tượng, ao ước và thấy trong trí những việc đang ham muốn.
Tường tận:	*Tường: rõ ràng. Tận: hết, đến cùng.*
	- Rõ ràng đến nơi đến chốn.
	- Rành rẽ, cặn kẽ.

NGUYỄN ĐỨC LẬP

Sinh năm 1945 tại Quảng Ngãi.

VẬN NGHÈO

Bà Tám Trầm cúi xuống, sửa lại nhánh cà chua, đã bị cơn mưa hồi hôm làm cho oằn ngọn, gần đụng đất. Bà nhẹ nhàng nâng cành lá, gác lên một cây chẳng ba mà bà vừa cắm xuống.

Nắng ban mai dìu dịu. Hơi nước còn phảng phất quanh vườn. Bà Tám Trầm đảo mắt nhìn quanh. Cơn mưa đêm, tuy đã giúp cho bà khỏi xách nước tưới vào buổi sáng, nhưng tai hại ở chỗ đã làm cho mấy đám rau của bà ngả xiêu ngả tó, ngả dọc ngả ngang. Nhứt là đám rau tần ô, mới lên cao được có hơn một gang tay, đã muốn nằm liệt địa.

Bà Tám Trầm lẩm bẩm:

- *Rau tần ô ngả dọc ngả ngang* ở trong cái câu *rau tần ô ngả dọc ngả ngang, trái dưa gang sọc dài sọc vắn, cọng rau đắng trong trắng ngoài xanh*, chính là cái cảnh nầy đây...

Bà Tám Trầm đi qua đi lại trong vườn. Tuy đã bảy mươi tuổi có dư mà bà còn mạnh sân sẵn. Lưng bà còn thẳng băng và bước chưn của bà vẫn còn cứng cáp, vững chãi.

Đặc biệt là hai cái vai của bà ngang chàng. Bà thường

nói rằng đờn bà có vai ngang kiểu đó phải chịu khổ cực suốt một đời. Tuy nhiên, cực khổ tới đâu, bà cũng không ngán. Đôi khi bà còn cười cợt trước những lúc quá nghèo khổ, thiếu thốn, cơ cực. Bà thường đọc về, đọc thiệu cho sự cười cợt thêm phần ý nhị. *Cây khô tưới nước cũng khô, vận nghèo đi tới xứ mô cũng nghèo. Gánh cực mà đổ lên non, cong lưng chạy miết, cực còn đuổi theo.*

Tiếng hát ru em thẽo thợt, đỏng đảnh nhưng đượm vẻ buồn phát ra từ nhà bên cạnh, khiến cho bà Tám Trầm cảm thấy vui vui:

- *Ầu ơ... Bên hữu con Thiên Lý Mã*

Bên tả con Vạn Lý Vân

Thiên Lý Mã chạy như tên bắn

Vạn Lý Vân sải tựa rồng bay

Khuyên anh giữ chặt tay nài

Đừng ham thả lỏng hiểm nghèo có khi...

Bà Tám Trầm lẩm bẩm:

- Mới sáng sớm mà đã ru con ru cái om xòm. Thiệt cái con Hai Sự nầy cho con nó ngủ hổng có giờ giấc gì hết ráo... Mà, bộ hết câu nào để hát rồi sao mà nó lại lựa chi cái câu kỳ cục làm vậy...

(Giàn Đậu Mưa Rung, Hoa Gấm, California, USA., 1992, tr. 11-12.)

CHÚ THÍCH

Liệt địa:	*Liệt: yếu đuối, bại, không cử động được. Địa: đất.*
	- Nằm sát đất không cử động được.

Cơ cực: *Cơ: đói. Cực: cuối cùng, hết sức.*
       - Hết sức đói.

Đỏng đảnh: *lắc lẻo, chơi vơi, có thể đưa qua đưa lại.*
       - Nhí nhảnh, diêm dúa, tính hay se sua của đàn bà con gái.

Thiên lý mã: *Thiên: ngàn (nghìn). Lý: dặm. Mã: ngựa.*
       - Ngựa thật hay, có thể chạy ngàn dặm một ngày.

Vạn lý vân: *Vạn: muôn, mười ngàn. Lý: dặm. Vân: mây.*
       - Mây bay xa muôn dặm.

Sải: *phóng bước thật dài, đi nhanh.*

Hiểm nghèo (như hiểm nguy): *Hiểm: khó khăn, trở ngại. Nguy: cao, khó khăn.*
       - Khó khăn có nhiều nguy hại.

Hổng (tiếng miền Nam): *không (hổng nói: không nói).*

Làm vậy: *làm thế đó, như vậy: làm vậy coi hổng được!*

PHAN NHẬT NAM.

Sinh ngày 28/12/1942 tại Huế
(Trước đó ông còn có tên Phan Ngọc Khuê
Sinh ngày 09/09/1943 tại Triệu Phong, Quảng Trị.)

BIẾT SỢ

Lần đầu tiên trong đời anh Sợ - Thật Sợ - Sợ từ một tình thế vượt khỏi mọi dự liệu. Cho dù, anh đã hằng hằng nguy biến của hơn ba mươi năm khắc nghiệt. Dẫu, anh đã cuối vũng lửa, cái chết. Bởi, bây giờ, hoàn cảnh khác hẳn mọi kinh nghiệm.

Trước mắt anh giãi ra một biển lửa mở rộng với vạn ngọn đèn màu đỏ... Khu giao lộ phía đông thành phố Los từ đường 15 đổ xuống. Buổi sáng, ở Utah, khi bạn anh đưa chìa khóa xe, chiếc Chevrolet hai chỗ ngồi, đã có lời âu lo: "...Ông mới qua Mỹ, đường xá không thuộc, lái từ đây về Orange County có được không?" Anh tự tin trả lời: "Một tuần sau khi đến Mỹ, tôi đã cầm tay lái đi từ Bắc xuống Nam Cali. Ba mươi năm lái xe, chưa hề gây tai nạn, cũng chưa hề để thằng khác đụng phải. Ông yên chí, bản đồ tỷ lệ 1/100.000 tôi gọi pháo binh bắn như đặt bi vào lỗ, bản đồ đường xá Mỹ thiết lập cho người có trí thông minh dưới trung bình...". Anh nói chắc. Bạn nghe hợp lý, hơn nữa anh vốn được tiếng khôn, nhanh, xốc vác, chịu đựng. Nhưng tất cả "kinh nghiệm" của tháng qua, của ba mươi ba năm lửa đạn chiến tranh, của năm mươi năm khốn cùng Việt Nam đến đây đã hoàn toàn trở nên vô dụng. Bởi, bây giờ là Đêm - Đêm nước Mỹ ở khoảng đường đông xe nhất thế giới. Sau nầy, anh hiểu ra, người sinh trưởng ở bản địa cũng ngại lái xe vào khúc đường nầy, khoảng từ sáu giờ chiều đến tám giờ tối. Dân New York, vùng phía Bắc lại càng luống cuống, chịu thua. Xe mới, đường lạ, các bảng chỉ dẫn cấp kỳ xuất hiện, những lối Exit liên tục khẩn cấp và vận tốc trên 60 miles một giờ... Anh mê đi trong vũng lửa di động, để tới nửa đêm, thay vì về đến Orange County như dự liệu, anh nghe tiếng sóng của một bãi biển giữa đường đi San Diego. Chuyện lạc đường ở Mỹ không là điều đáng nói. Nhưng, đây là lần đầu trong đời ANH KHÔNG TIN ĐƯỢC NƠI MÌNH - ANH THẤY SỢ. Nước Mỹ, nơi dạy anh biết sợ hãi.

(Mùa Đông Giữ Lửa, tác giả xuất bản, California, USA., 1997, tr. 11-12.)

CHÚ THÍCH

Dự liệu: *Dự: lo liệu từ trước. Liệu: toan tính trước.*
- Toan tính, lo liệu từ trước.

Khắc nghiệt: *Khắc: gắt gao hiểm độc. Nghiệt: tai họa, ác độc.*
- Gắt gao độc ác.

Giao lộ: *Giao: gặp nhau, qua lại với nhau. Lộ: đường.*
- Chỗ hai hoặc nhiều con đường gặp nhau.

Thông minh: *Thông: suốt. Minh: sáng.*
- Sáng suốt.

Kinh nghiệm: *Kinh: trải qua. Nghiệm: xem xét, suy gẫm.*
- Xem xét, suy gẫm và hiểu biết việc đã trải qua.

Khốn cùng: *Khốn: nhà cũ hư nát, cột xiêu, mái sập. Cùng: hết đường.*
Nghĩa bóng: gặp cảnh ngặt nghèo, gian nan.
- Khổ sở cùng cực, hết đường xoay trở.

Sinh trưởng: *Sinh: ra đời. Trưởng: lớn lên.*
- Sinh ra và lớn lên.

HOÀNG NGA
Sinh ngày 28/03/1953 tại Quảng Nam.

CÕI LẠ

Toàn thân cô mỏi mệt đến độ cô có cảm tưởng chỉ cần khuỵu chân xuống thấp một tí thôi, là cô có thể đổ nhào. Rời rã. Tan tành. Năm ngày liên tục hai mươi bốn tiếng đồng hồ không hề dời chân ra khỏi bịnh viện, cộng thêm hai ngày tiếp theo chạy vạy một mình lo tang lễ, là đủ để cô không còn thần trí gì nữa. Cái thể xác vốn yếu đuối của cô hình như cũng đang chuẩn bị đình công, không muốn làm việc. Cả buổi sáng, từ nhà quàn đến nhà thờ, rồi từ nhà thờ ra nghĩa trang, người cô nhẹ hẫng như đang bay bổng trên mặt đất. Cô nói mà có cảm tưởng mình không nói. Cô trả lời mà có cảm tưởng mình không trả lời. Lao xao bên tai cô, những người bạn thân của cô, thỉnh thoảng lại nhắc nhở cô nên uống miếng sữa, hay ăn một tí gì đó.

Suốt trong thời gian lo đám táng cho mẹ, dường như cô không hề có một tiếng khóc. Không hề nhỏ một giọt nước mắt khi tiếp người thân của gia đình, bạn bè của mẹ, rồi bạn của cô; trông cô hoàn toàn bình tĩnh, hoàn toàn dư dật sức mạnh để chịu đựng bất cứ điều gì xảy ra cho mình trong mọi tình huống, mọi thời điểm. Những lúc bị bắt buộc phải kể lể cho người nào đó nghe về những ngày cuối đời của mẹ, hay khi nói chuyện với người chăn dắt tinh thần, khi lo thủ tục với chính quyền, khi tiếp xúc với nhân viên công ty mai táng, nhân viên nghĩa trang v.v... người ta có cảm tưởng như cô đã sắp xếp mọi việc một cách hết sức gọn gàng, thứ tự để không một sơ suất nhỏ nào đó có thể xảy ra. Như cô đã chuẩn bị tư tưởng lẫn tất cả mọi công việc cho lần mẹ cô ra đi vĩnh viễn thế này từ lâu lắm rồi.

Không ai biết, không ai ngoài cô, nhìn thấy một con người, không, một cái bóng thì đúng hơn, phất phơ chạy đi chạy về giữa những nỗi cùng khủng, hoảng hốt. Hoàn toàn chẳng có ai tưởng tượng ra nổi tất cả mọi động tác của cô đã chẳng khác gì những sự phản xạ có và không có điều kiện. Ngay chính cả cô, mà cô cũng không tưởng tượng nổi mình có thể ôm đồm hết ngần ấy việc, lo xong được hết ngần ấy cho mẹ, y hệt một cái máy như vậy. Ai cũng bảo sức cô chỉ có hạn, cô nên gìn giữ, cô nên nghỉ ngơi đôi chút. Cô đã gật đầu, đã nói vâng, đã cám ơn tất cả mọi người, nhưng rồi cô vẫn cứ tiếp tục chạy đi chạy về, tiếp tục chăm sóc từng li từng tí việc như thế cho đến lúc hoàn tất. Mãi cho đến khi về tới nhà, khép hai cánh cửa lại, tựa lưng vào đó, nhìn sững nơi hai mẹ con cô đã từng sống một khoảng đời rất dài, cô mới bật ra những tiếng nấc nghẹn ngào. Mãi đến lúc ấy, cô mới bàng hoàng nhận ra rằng, từ đây sẽ chẳng bao giờ còn có mẹ bên cạnh, sẽ chẳng còn bao giờ cô có thể trông thấy mẹ lại một lần nữa.

Cô ngồi phệt xuống đất. Từng khớp xương, từng phần bắp thịt nhỏ của cô nhức buốt lên. Tê dại. Trước mặt cô tối đen. Đen kịt một màu. Cô thường nghe nói về nỗi cô đơn khi mất mẹ, nhưng cô không tưởng tượng ra được cái khoảng trống ấy lại to lớn và khủng khiếp đến như vậy. Như cô đang bước hụt ra khỏi mặt đất, rơi vào một không gian chơi vơi nào đó và mất hẳn sự thăng bằng.

(Làng Văn (nguyệt san), số 227, 07/2002, Toronto, Canada, tr. 37-38.)

CHÚ THÍCH

Tang lễ: *Tang: lễ chôn cất người chết (đám ma). Lễ: nghi lễ.*
- Nghi lễ trong lúc cử hành đám ma.

Đình công: *Đình: ngưng, dừng lại. Công: thợ, việc làm.*
- Ngưng làm việc (để yêu cầu hay phản đối một việc gì).

Nghĩa trang: *Nghĩa: nên, hợp lẽ phải. Trang: khoảnh đất rộng lớn, các điền chủ khai khẩn để canh tác, lập một cái "trang", thu hoa lợi, giúp người nghèo khó. Đồng nghĩa với "nghĩa địa".*
- Nghĩa: nên, hợp lẽ phải. Địa: đất.
Nghĩa rộng: đất công dùng để chôn người chết.

Thủ tục: *Thủ: tay, giỏi về một nghề gì. Tục: nối tiếp, cách thức.*
- Lề lối, phép tắc phải làm theo (thường áp dụng trong công việc giấy tờ).

Mai táng: *Mai: chôn, vùi xuống đất. Táng: chôn người chết.*
- Chôn người chết.

Phản xạ: *Phản: trở lại, trái ngược, chống đối. Xạ: bắn.*
- Bắn trở lại.
- Nghĩa rộng: chiếu ngược lại.

NGUYỄN NGỌC NGẠN

Sinh năm 1946 tại Sơn Tây, Bắc Việt.

DỐC ĐỨNG

Chẳng bao giờ Hựu có thể mường tượng nổi cái nghèo lại ập đến với chàng một cách bất ngờ và tàn bạo như thế. Thành phố kỹ nghệ vốn có tiếng là sầm uất nhất nước, nơi chàng định cư hơn sáu năm nay, bỗng một sớm một chiều thay đổi hẳn bộ mặt. Các hãng xưởng thi nhau sa thải công nhân, sinh hoạt thương mại mọi ngành tê cứng lại, thoi thóp trong cảnh nằm chờ chết. Bao nhiêu năm qua, từ thuở Hựu còn cắp sách đến trường, đã nghe người ta nói đến chu kỳ suy thoái hoặc khủng hoảng trong nền kinh tế tư bản như một thứ qui luật tất yếu của hệ thống cung cầu tự do. Các lý thuyết gia miệt mài tìm hiểu và cắt nghĩa hiện tượng để tìm phương thức ngăn chặn, nhưng thực tế vẫn khắc nghiệt xảy đến, không cách nào tránh khỏi.

Khoảng thời gian này hai năm về trước, cuộc sống của Hựu trải rộng trước mắt, thênh thang một viễn tượng màu hồng rực rỡ. Giả như cứ trơn tru tiến bước như chàng dự phóng thì chỉ vài năm nữa, Hựu có thể an nhàn hưởng thụ, về hưu ở tuổi mới ngoài bốn mươi.

Đặt chân vào ngành địa ốc đúng thời điểm thị trường bắt đầu bốc mạnh, chẳng cần bao nhiêu kinh nghiệm nghề nghiệp, Hựu cũng đã nhanh chóng thành công, gây dựng được một số vốn khá lớn. Mà không phải riêng Hựu. Những tay hiền lành và thầm lặng nhất trong cộng đồng, không có vẻ gì là thích hợp với vai trò trung gian mua bán, thế mà gặp lúc cơn sốt nhà cửa tăng vọt, họ cũng kiếm tiền dễ dàng như trở bàn tay. Cái nghề làm chơi ăn thiệt, thời khóa biểu hết sức linh động, chẳng ai gò bó. Mỗi ngày thức giấc khi trời đã sáng rõ, lang thang ra quán cà phê, có khi chỉ trong câu chuyện thường đàm vớ vẩn với một người không thân thiết lắm cũng nảy ra một thương vụ béo bở. Lâu lâu tạt vào công ty, nhìn những khuôn mặt rạng rỡ của đồng nghiệp, đùa giỡn xôn xao như trẻ thơ đón Tết, chia sẻ với nhau toàn những tin vui…

Mới đó mà mọi chuyện đã trở thành dĩ vãng tưởng như xa xôi lắm. Thị trường địa ốc đang nóng bỏng, nhà cửa đang lên giá vùn vụt thì bỗng dưng dừng hẳn lại rồi tụt nhanh như chiếc xe trên triền dốc đứng. Lạ quá! Sao lại như thế được? Nhà đất đâu phải là chim cút mà hôm nay còn là tài sản kếch xù, ngày mai đã trở thành vô dụng? Từ nay đến 1997, dân Hồng Kông còn kéo sang nườm nượp thì lý do gì nhà bỗng mất giá? Hựu không tin. Đồng nghiệp của chàng cũng nhất định ngờ vực. Chắc chỉ đứng giá tạm thời trong ít lâu rồi đâu lại vào đấy. Thì cứ nhìn sang New York sẽ thấy ngay. Một mảnh đất nhỏ nhoi chỉ căng đủ cái lều giữa khu thị tứ cũng đáng giá cả trăm ngàn Mỹ kim. So với thị trường ấy, vùng đất này đã thấm vào đâu! Toàn những luận cứ để tự an ủi và xoa dịu lẫn nhau nhưng thực tế vẫn trái ngược, cảnh "bể dâu" vẫn diễn ra, đem ê chề cho bao nhiêu người trong thành phố. Một tháng chính phủ tăng lãi suất ba lần, lại đúng vào lúc hiệp ước thương mại *free trade* vừa có hiệu lực khiến những nhà đầu tư lâu năm rút gần hết vốn liếng về Mỹ và chuyển hướng sang Mễ Tây Cơ, nơi có lực lượng lao động dư thừa và rẻ mạt.

Ngày ngày Hựu đến văn phòng, đăm chiêu đàm luận với các đồng nghiệp, bàn ra tán vào toàn những lời lẽ ưu tư chất chứa. Những giọng cười sảng khoái tự tin, những cử chỉ nghênh ngang ngạo nghễ biến đâu mất cả để chỉ còn lại không khí trang nghiêm của một công ty địa ốc vừa bước sang một khúc rẽ nặng nề. Làm gì còn những ngày *open house* mới sáng sớm đã hàng loạt người ùa vào xem, hăm hở *offer* trả giá! Làm gì còn cái thuở mà những căn nhà cổ lỗ, ọp ẹp, hàng đàn gián bình thản nối đuôi nhau dạo quanh tường mà vẫn có người sẵn sàng dọn vào!

(Hai Mươi Năm Văn Học Việt Nam Hải Ngoại (1975-1995),
Đại Nam, California, USA., 1995, tr. 775-776.)

CHÚ THÍCH

Mường tượng (mượng tượng): *tương tự, mang máng, hơi giống.*
Sa thải: *Sa: cát. Thải: gạn lọc cho trong.*
                - Đãi cát để gạn lọc cho trong.
                Nghĩa bóng: bỏ đi những gì vô ích không dùng được.
Thương mãi: *Thương: buôn bán. Mãi (mại): bán.*
                - Buôn bán.
Dự phóng: *Dự: lo liệu từ trước, tính toán trước. Phóng (phỏng): tìm hỏi, hỏi thăm.*
                - Hỏi thăm để tính toán trước.

Địa ốc: *Địa: đất. Ốc: nhà*
- *Nhà và đất.*

Công ty: *Công: chung. Ty: trông coi.*
- *Hội buôn hoặc thầu từ hai người trở lên, có quy chế, được nhà nước công nhận.*

Đồng nghiệp: *Đồng: cùng chung, bằng nhau. Nghiệp: nghề nghiệp.*
- *Cùng chung một nghề nghiệp với nhau.*

Thị trường: *Thị: chợ. Trường: chỗ đông đúc người tụ hội.*
- *Nơi đông đúc dân chúng tới mua bán hàng hóa, vật liệu.*

Đàm luận: *Đàm: nói chuyện. Luận: bàn bạc.*
- *Chuyện trò bàn bạc.*

Ưu tư: *Ưu: lo lắng. Tư: lo nghĩ.*
- *Suy nghĩ và lo lắng.*

NGUYỄN HỮU NGHĨA

Bút hiệu Cung Vũ, Dương Thượng Ngã…
Sinh tại Tây Ninh, Nam Việt.

MÀU QUAN SAN

Tháng mười, trời Canada bắt đầu gây lạnh... Thôi rồi, tôi lại sắp sửa bắt đầu bài tùy bút bằng một đoạn tả cảnh! Mà không xúc động với ngoại cảnh sao được, khi mưa thu bắt đầu bủa những sợi dài phơi phới xuống phố phường ẩm ướt quen thuộc như quê nhà. Buổi sáng, mở cửa ra đường, co ro trong tấm áo len mỏng và chiếc khăn quàng nhẹ quấn hờ trên cổ, lội dưới hơi mưa, qua những đường nhỏ nồng mùi cỏ, hơi sương.

Không khí ấy, khung cảnh ấy, chẳng là một thứ thoáng hiện quê nhà ư? Nếu không có cơn mưa đầu mùa rả rích đêm qua, đợt gió thu rét buốt sáng nay, không có đám phong bắt đầu đỏ mặt, cúi đầu, không có bầy sẻ nhỏ đã khoác áo lông xù dạo phố, thì tôi đâu có cớ gì để nói với bạn trên trang giấy này.

Dường như vào mùa thu, người ta đâm ra nghĩ nhiều, nói nhiều. Mùa xuân đến vội, mà lòng người khao khát chờ đợi đã lâu quá, nên khi xuân tới, người ta không kịp chộp bắt những nỗi vui đột ngột. Mùa hè ồn ào, náo nhiệt, người ta bận vui chơi, thì giờ đâu mà ngồi mơ mộng. Phải rồi, chỉ khi nào có những trận mưa như đêm qua, đợt rét như sáng nay, chỉ khi nào những góc đồi cong cong dưới thung lũng hẹp bắt đầu chớm đỏ, bầy hắc nga bắt đầu xoải cánh hướng mỏ về phương nam, sinh hoạt mới bắt đầu lắng xuống, nhịp tâm tư bắt đầu chậm lại. Khi ấy, người ta mới cảm thấy nặng lòng.

Năm xưa, cũng vào một chiều thu nằng nặng như hôm nay, cô em tôi đang ngồi đọc một cuốn cổ văn, chợt buông sách, thắc mắc hỏi:

- Màu "quan san" là màu gì thế nhỉ?

Mọi người đang ngơ ngác. Cô nhỏ đọc lại nguyên văn câu thơ đã làm khó dễ cô: *Rừng phong thu đã nhuốm màu quan san...* Ra thế! Cô nhỏ rời quê nhà từ lúc mới học tới lớp nhất. Năm sáu năm sống ở quê người, cô vẫn mê sách Việt, mặc dù rất nhiều khi cô phải vừa đọc sách, vừa hỏi lung tung, hay cầu viện tự điển.

Tôi không nhớ lúc ấy có ai đó trong nhà giải thích với cô như thế nào, chỉ nhớ rằng từ đó, tôi chợt thức ngộ được cái hay của câu thơ, sự *nhuộm màu* của trời đất, trên *rừng phong*, trên cây cỏ, núi sông, và lòng người.

Từ đó, mỗi khi bắt gặp thu về, lá đỏ, chiều sương, gió ẩm, tôi lại thấm thía nỗi thê lương của con người trước sự thay đổi của thời gian và không gian. Từ đó, tôi cảm thấy lòng tôi chỉ có một màu đỏ thẫm của chiều thu, khi mà quanh đây lâu rồi đã không còn những ráng chiều nhiệt đới, những ngõ trúc, đồi thông, cánh đồng rạ mới, sông rạch phù sa.

(Ký, Làng Văn, Toronto, Canada, 1988, tr. 23-24.)

CHÚ THÍCH

Quan san: *Quan: cửa biên giới. San (hay sơn): núi.*
- Cửa ải và núi non.
Nghĩa bóng: nơi xa xôi cách trở.

Tùy bút: *Tùy: theo, tuân theo. Bút: ngòi viết, ghi chép.*
- Gặp gì chép nấy.
** Thể văn xuôi không đề tài nhất định, theo dòng cảm hứng mà viết ra.*

Náo nhiệt: *Náo: ồn ào. Nhiệt: nóng.*
- Nhộn nhịp xôn xao.

Cổ văn: *Cổ: xưa. Văn: chỉ văn tự (chữ).*
- Văn chương xưa.
Nghĩa rộng: thứ chữ, thứ văn chương cũ (tức chữ Nho).

Thê lương: *Thê: lạnh lẽo, buồn bã. Lương: mát.*
- Buồn, lạnh, vắng vẻ.

Phù sa: *Phù: nổi lên. Sa: cát.*
- Bãi cát nổi lên ở cửa sông hay lòng sông.

HỒ ĐÌNH NGHIÊM
Sinh năm 1957 tại Huế.

ĐỜI TỴ NẠN

Đời tỵ nạn lắm cái buồn, trường hợp một kẻ không còn ai thân thuộc giữa xứ lạ, nhớ đến mối tình đầu bị phân lìa và đêm đêm nằm trong trại nghe gió mưa rào rạt đổ về trên mái tôle, tôi nghĩ e đó là nỗi buồn nhiều nhất giữa bể sầu bát ngát kiếp tha hương. Nhức nhối làm sao, thấm thía vô cùng.

Người bạn nằm chung giường hiểu được nỗi lòng tôi, muốn giúp tôi xóa nhòa bớt những kỷ niệm cũ đè nặng trong người. Qua đến đây rồi, là ông phải gạt bỏ hết mọi thứ, chỉ có một hướng nhìn về trước, cái tương lai của ông, OK? Ngày mai đi làm với tôi. Chỗ này việc không hở tay có thể giúp ông không kịp nghĩ điều gì ráo. Tôi đồng ý với quan niệm của người bạn. Ừ, có ích gì đâu cái vẩn vơ đó, chỉ thêm bận lòng. Phải thực tế một chút. Làm thân cu ly cầy sáng sớm ở xưởng, overtime vài tiếng nữa, tối mịt ngậm ổ bánh mì lò dò về trại. Vô tư. Đôi khi nghe vài tiếng chửi làu bàu của thằng cai. Kệ, bỏ ngoài tai. Còn phải nghĩ tới những người thân ở quê nhà khổ cực, dành dụm mua ít quà gởi về gọi là biểu lộ tấm lòng của kẻ may mắn. Rồi, tối ngủ khò quên lãng, để sức cho ngày mai. Vậy đó, ở đây thấy thấm cái câu của bọn nó: Lao động là vinh quang. Rất đúng nghĩa. Đớn đau cho dân mình, lao động là chết dần chết mòn.

Bạn tôi qua đây lâu. Số thuyền của hắn chỉ là đơn vị

trăm trong lúc tôi đã lên tới số ngàn. Vì khoảng cách của sự sai số đó mà hôm nay trước mắt tôi hắn trưởng thành khiếp.

Hắn nói tiếng Quảng Đông khá rành rẽ khi giới thiệu công nhân mới cho ông chủ bụng bự. Tôi thấy ánh mắt của "lũ xây"* nhìn ngang dọc trên thân thể còn nhiều vết tích sóng gió của tôi rồi cái đầu bóng lộn cả dầu chải tóc nặng nề gật đầu. Đó là xưởng tiểu ngũ kim dơ bẩn bụi nhôm, sắt và tiếng rầm rập liên hồi của những cái máy dập đang hoạt động. Tôi thấy bạn tôi nói đúng, không thể nghĩ gì được với cái khung cảnh này. Còn một máy đang bỏ trống, cái ghế gỗ kia sẽ là nơi tôi ngồi ê ẩm từ đây về sau. Người bạn bảo tôi cởi áo và dặn dò tôi… Chơi cái này nguy hiểm lắm, ông phải cẩn thận. Ban đầu tôi cũng ngại, thét rồi quen, không có nơi nào lương cao bằng đây đâu. Chịu khó chứ biết sao…

Tôi làm ở đó không biết đã bao lâu. Công việc mệt mê làm tôi mất hết ý niệm về thời gian và giúp tôi gạt bớt nỗi buồn cũ. Chỉ có trước mặt cái ê ẩm cay đắng khi muốn có đồng tiền xứ người. Cay đắng nhưng không thể mặc cảm bỏ cuộc. Tôi học sự nhẫn nại và cái ù lì của người bạn trong những ngày kiên trì với máy, không thấy được ánh mặt trời bên ngoài. Sáng đi tối về, sống theo cái vòng quay của kim đồng hồ chờ hồ sơ mình được một nước nào nhìn thấy, chấp nhận cho định cư. Đôi khi thảng thốt bắt gặp khuôn mặt mình trong gương soi để thấy cái kết quả làm công nhân hằn rõ nét phờ phạc. Tôi chôn sâu hết mọi thứ với ý nghĩ rồi cái gì cũng sẽ qua đi… Qua đi như mai này bạn tôi phủi bớt nhọc nhằn những ngày tạm cư ở đây để lên đường đi Mỹ.

(Nguyệt Thực, Văn Nghệ, California, USA., 1988, tr. 32-34.)

CHÚ THÍCH

Tị nạn:	*Tị (ty): tránh. Nạn: tai họa.* *- Tránh tai họa.*
Cu li: "coolie":	*phu lao động Á châu, không có nghề chuyên môn, lương thấp.*
Vô tư:	*Vô: không. Tư: lo lắng.* *- Không lo lắng.*
Biểu lộ:	*Biểu: bày ra, nêu lên. Lộ: bày ra.* *- Phô bày ra.*
Lao động:	*Lao: mệt nhọc. Động: chuyển biến.* *- Làm việc nặng nhọc (bằng tay chân).*
Mặc cảm:	*Mặc: im lặng, ngầm. Cảm: nhận biết.* *- Ngầm nhận biết.*
Nhẫn nại:	*Nhẫn: chịu đựng. Nại: chịu nhịn.* *- Nhịn nhục chịu đựng.*
Công nhân:	*Công: thợ, việc. Nhân: người.* *- Người thợ.*
Kiên trì:	*Kiên: cứng, vững bền. Trì: cầm giữ.* *- Kiên tâm trì chí, bền lòng theo đuổi.*
Phờ phạc:	*đờ, đừ, quá mệnh nhọc.*
"Lũ xây":	*(âm Quảng Đông) ông chủ.*

NGUYỄN THỊ NGỌC NHUNG

Sinh năm 1955 tại Sài Gòn.

CHA TÔI

Cha tôi là một người đàn ông bình thường. Một người dễ dàng bị nuốt trửng bởi khối đông đàn ông ngoài kia, không để lại ấn tượng nào hết.

Cha tôi là một người cha tốt, một người chồng rộng rãi giỏi lo. Hiếm khi tôi nghe cha mẹ tôi cãi nhau. Mẹ tôi nhường chồng, có lẽ vì ảnh hưởng giáo dục gia đình, và phong tục tập quán. Cha tôi chiều vợ, có lẽ vì là người rộng rãi tình cảm, và không câu nệ vai trò phái tính trong gia đình. Riêng về phương diện phân biệt nam nữ thì cha tôi có phần cấp tiến hơn phần lớn những người đàn ông đồng thời cùng gốc gác. Nhưng, ông chỉ có phần cấp tiến hơn, một phần nào đó mà thôi. Có lẽ đối với ông, phần ấy cũng đã là quá lớn.

Khi chúng tôi đến tuổi vị thành niên, cả cha lẫn mẹ tôi đều không ngăn cấm việc ăn mặc thời thượng nhưng tôi không theo dõi thời trang như phần lớn đám con gái cùng lớp. Điều này do ở nơi mẹ tôi là người không chú trọng đến bề ngoài nên không biết gì hết về thời trang ăn mặc. Bà chỉ có một áo vét sọc ca rô đen đỏ trắng, trộm kiểu Chanel, là chiếc áo đỏm dáng nhất bà thường mặc khi buộc phải đi ăn cưới đâu đó với cha tôi. Tất nhiên mẹ tôi không hề biết nó là trộm kiểu Chanel. Bà chỉ biết nó bán rẻ ở phố Tàu và tiện lúc đang cần một cái áo mặc ngoài, thế thôi. Và tất nhiên mẹ tôi cũng chẳng để ý đến chuyện màu sắc sặc sỡ của áo tương phản quá sức với cặp kính cận dầy trễ nơi sống mũi, và với tất cả những gì hiền lành yên lặng nơi bà. Tuy vậy, điều này không có nghĩa bà để con cái ăn mặc tồi tệ hay cổ hủ khác người. Nơi lứa tuổi thiếu niên nhốn nháo thời trung học, tôi không hề có ý muốn nổi bật như một con mọt sách kỳ quái thông minh, và cũng không thích phổ thông bừa bãi với nhiều tai tiếng. Như cha tôi, cả hai anh em đồng lọt trũng trong khối đông trung bình. Khi tôi muốn có cái váy đầu tiên trong đời, năm mười hai tuổi, cha tôi chứ không phải mẹ tôi, đưa đi mua. Tất nhiên ông không biết gì hết về những tiệm quần áo thời trang. Tuy rằng tôi là người muốn mua nhưng khi bước vào khu buôn bán đầy dẫy đủ mọi thứ tiệm, tôi cũng không khá hơn cha tôi chút nào trên phương diện mua sắm. Thế nên, cái váy đầu tiên của tôi là một thất bại chán chường.

Tôi cho rằng gia đình tôi may mắn nên tuổi thơ của chúng tôi vui vẻ bình thường như mọi gia đình trung bình khác. Mỗi năm đến hè, chúng tôi đều được đi xa hoặc tham dự những trại hè hướng đạo. Đấy là chưa kể thường xuyên trong năm, tùy mùa tùy dịp lễ, khi thì lên núi trượt tuyết, lúc thì chèo chuyền cắm trại. Là một người làm việc gì cũng rất cần mẫn, cha tôi ngoài thì giờ làm việc vẫn cố dành một ít thì giờ để chia sẻ nhiều hoạt động sau giờ học với chúng tôi. Tôi còn nhớ rất rõ có lần ông đã bỏ ra gần sáu tháng cùng học dương cầm với chúng tôi để khuyến khích.

Sau khi mẹ tôi mất được vài năm, cha tôi về hưu. Ông sống một mình cho đến lúc sức khỏe suy giảm khá nhiều mới về ở với vợ chồng anh tôi.

(Việt (đặc san bán niên), số 6, 2000, Altona, Australia, tr. 191-192.)

CHÚ THÍCH

Ấn tượng: *Ấn: in. Tượng: hình ảnh.*
- Hình ảnh những gì in vào trí óc ta.

Phương diện: *Phương: hướng, phép tắc, vuông. Diện: mặt, mặt (phía) nào đó.*
- Mặt vuông.
Nghĩa bóng: Mặt, bề, khía cạnh của sự việc.

Cấp tiến: *Cấp: gấp. Tiến: đi tới.*
- Đi tới rất nhanh.

Thành niên: *Thành: nên, việc làm có kết quả. Niên: năm, tuổi.*
- Đến tuổi trưởng thành, đến tuổi mà pháp luật nhìn nhận đầy đủ sức khỏe và trí khôn để hành động, để làm việc gì đó.

Thời trang: *Thời: lúc, khi. Trang: tô điểm, quần áo.*
- Các thứ trang sức, quần áo v.v... phù hợp với lúc mọi người đang dùng.

Cổ hủ: *Cổ: xưa. Hủ: mục nát.*
- Xưa cũ, mục nát, không hợp thời nữa.

Chán chường: *Chán: ngán, không thích nữa, rõ ràng. Chường: phơi bày, ra mặt, cố làm cho người thấy mình.*
- Trải qua nhiều, không thích nữa.

Thường xuyên: *Thường: luôn luôn, hay xảy ra. Xuyên: con sông.*
- Như con sông chảy luôn luôn không dứt.
Nghĩa rộng: luôn luôn có, hoặc xảy ra.

VÕ PHIẾN
Tên thật Đoàn Thế Nhơn
Sinh ngày 20/10/1925 tại Bình Định.

KẾT TỪ VỀ VĂN HỌC MIỀN NAM 1954-1975

Ở ta, không cứ trong những thời gian ngoại thuộc, mà ngay lúc nước nhà độc lập, ngay dưới các chế độ dân chủ cộng hòa, cộng hòa xã hội, vẫn chưa từng có tự do phát biểu. Được ban phát rộng rãi nhất thường chỉ có một cái tự do ca ngợi bề trên.

Nhưng ở Miền Nam, giữa chiến thời, trên sách báo vẫn nở rộ những tràng cười sảng khoái, công kích điều sai chuyện quấy, đùa giỡn những phần tử xấu xa. Những phần tử ấy không thuộc hạng Xã Xệ - Lý Toét: Không hề có nhân vật nào thấp bé như thế bị bêu riếu trong thời kỳ này. Nạn nhân là từ hạng những tay cầm đầu một tỉnh cho đến các vị cầm đầu cả nước. Tiếng cười cợt ngang nhiên, hể hả, râm ran khắp cùng trên mặt sách báo. Mặt khác, những mất mát, lo lắng, đau đớn, kinh hoàng, đều tha hồ bày tỏ, mọi quan niệm nhân sinh, mọi tín ngưỡng, hay có dở có, cao thâm có, mà ngông cuồng gàn dở cũng có nữa, đều được phô bày. Trước và sau thời 54-75 ở Miền Nam, không thấy ở nơi nào khác trên nước ta văn học được phát triển trong hoàn cảnh cởi mở như vậy.

Cái sinh hoạt của một thời như thế rồi bị xóa lấp dấu vết trong lịch sử dân tộc; nền văn học nghệ thuật đã phản ảnh cái sinh hoạt ấy, phản ảnh cái tâm tình cùng suy tưởng của hơn hai chục triệu người rồi bị chôn vùi, do chính người mình hủy diệt ngay trên đất nước mình: chuyện thật quái dị. Vậy mà chuyện quái dị cứ xảy ra.

Phân tranh và chiến tranh Nam Bắc, ở nước ta sự việc ấy không phải chỉ xảy ra một lần. Trước kia, sau khi Trịnh thắng Nguyễn, Lê Quí Đôn được cử vào Thuận Hóa. Ở đây sáu tháng, ông vừa lo việc quan vừa viết sách. Trong cuốn *Phủ biên tạp lục* ông chê vua chúa Nguyễn chểnh mảng việc giáo dục, không biết chuộng văn học, nhưng ông cho rằng văn nhân trong Nam "Văn mạch một phương, dằng dặc không dứt, thực đáng khen lắm". Ông khen chung chung, rồi ông lại cẩn thận tìm hiểu mà khen từng người: Nguyễn Cư Trinh, Nguyễn Đăng Thịnh, Mạc Thiên Tứ, Nguyễn Quang Tiền, Trần Thiên Lộc... Ông sưu tầm ghi chép, thơ văn mỗi người để lưu lại đời sau. Thậm chí có kẻ như Ngô Thế Lân quyết ẩn cư, mời mãi không chịu đến, ông vẫn không tiếc lời xưng tụng.

Hầu hết những kẻ được Lê Quí Đôn nêu cao tên tuổi, trân trọng tác phẩm, là những kẻ từng có địa vị cao quan tước lớn, từng có công với các chúa Nguyễn, tức từng là đối địch của ông Lê.

Đối phương với đối phương, thái độ của Lê Quí Đôn hai trăm năm trước (1775) là thế. Và hai trăm năm sau, giả sử hồi 1975 mà Nam thắng Bắc, thiết tưởng đối với văn nhân và văn học Miền Bắc nhà cầm quyền Miền Nam cũng có thể, rất có thể, học theo thái độ Lê Quí Đôn.

Hãy tưởng tượng: Những thứ truyện *Người mẹ cầm súng, Sống như anh* (được ông Phạm Văn Sĩ trầm trồ như danh phẩm), những truyện bịa anh này chị nọ mẹ kia đánh giặc giỏi, bịa đặt thô sơ dễ dãi, những thơ "đầu lòng con gọi", "con quì trước Bác mênh mông" v.v..., những loại tác phẩm nghệ thuật như vậy, chính quyền chiến thắng có cần phải vội vàng thu giấu, tiêu hủy không? những văn nhân nghệ sĩ từng theo sự dìu dắt mà lập sự nghiệp như thế có cần phải tóm cổ nhốt tù cấp kỳ không? Chắc chắn không cần thiết đâu. Và không cần thiết phải xúi giục cán bộ dưới quyền viết bài xuyên tạc phỉ báng đâu. Cũng như báo chí *Nhân Văn - Giai Phẩm*, cũng như bao nhiêu thơ truyện của Phan Khôi, Trần Dần... đều nên phục hồi cả. Mọi thứ tha hồ được phơi bày y nguyên trước sự phán đoán của thiên hạ đời đời.

Nhà cầm quyền Miền Nam có gì để ngần ngại? Cái xấu cái sai, những vết tích thương đau trong đời sống tinh thần dân tộc dưới một thời mê muội bạo tàn, há dám coi thường mà để phôi pha? Còn những phản ứng can trường dưới sự áp bức, dĩ nhiên càng nên trân trọng giữ gìn.

Vậy mà tại Miền Nam Việt Nam vào cuối thế kỷ XX đã xảy ra một trận tiêu diệt văn học. Việc làm ấy có liên lụy đến mạng người, đến xương máu. Hăm ba năm sau ngày Miền Nam sụp đổ, tạp chí Khởi Hành (ở Califomia), số tháng 4-1998, đăng một danh sách dài những văn nghệ sĩ đã mất mạng từ 30-4-1975 đến nay, và cho rằng trong vòng trên hai mươi năm qua số người bị sát hại nhiều hơn trong trăm năm Pháp thuộc. Trăm năm đô hộ của giặc Tây thì thế; lại còn trong nghìn năm đô hộ của giặc Tàu, liệu có sử gia nào liệt kê được một bản danh sách nạn nhân dài bằng danh sách này chăng?

(Văn Học Miền Nam Tổng Quan, Văn Nghệ, California, USA., 2000, tr. 416-419.)

CHÚ THÍCH

Ngoại thuộc: *Ngoại: ở ngoài, phía ngoài. Thuộc: phụ thuộc, thuộc về; bà con.*
- Bà con bên ngoại.
- Lệ thuộc nước ngoài.

Bêu riếu: *Bêu: nêu, đưa ra, đưa lên cho mọi người biết. Riếu: việc xấu hổ.*
- Làm xấu, tỏ việc xấu ra cho người cười chê.

Tín ngưỡng: *Tín: tin. Ngưỡng: ngửa mặt nhìn lên (tỏ ý cung kính).*
- Tin, kính trọng và hâm mộ.

Lê Quý Đôn (1726-1784): *người huyện Duyên Hà, Thái Bình, Bắc Việt, đỗ bảng nhãn năm 27 tuổi, làm quan đời vua Lê Hiển Tông. Năm 1775, ông được cử làm tổng tài để biên soạn quốc sử; ông cũng trước thuật được nhiều tác phẩm có giá trị.*

Ẩn cư: *Ẩn: che giấu, thương xót. Cư: ở.*
- Ở chỗ kín đáo, không ai biết.

Đối phương: *Đối: chống lại. Phương: hướng.*
- Chỉ người ở hướng chống lại mình.
Nghĩa bóng: kẻ chống lại, phe nghịch.

Phỉ báng: *Phỉ: nói xấu kẻ khác (nói lớn). Báng: nói xấu kẻ khác (nói nhỏ).*
- Nói xấu, nhục mạ người khác.

Phôi pha: *lạt bớt, kém vẻ đậm đà, nguội dần.*

Sát hại: *Sát: giết. Hại: làm tổn thương.*
- Giết hại.

HOÀNG KHỞI PHONG
Tên thật Nguyễn Vinh Hiển
Sinh năm 1943 tại Hải Dương, Bắc Việt.

GIẢI PHAN

Nắng buổi chiều cuối thu se se lạnh, những hoa nắng chen qua cành lá nhẩy loang loáng trên vạt áo của Giải Phan. Giải Phan ngồi trước hiên nhà học, nhìn vào trong nhà dăm ba tên học trò muỗi tép, hỉ mũi chưa sạch đang cãi nhau chí chóe. Giải Phan nghĩ mà chán cho nghề thầy đồ vào lúc mạt vận này. Ông thầm nghĩ có lẽ phải xuôi Nam một chuyến.

Ít nhất cũng phải tới kinh thành Huế. Ở đó có một người ông muốn gặp, và người đó cũng mong mỏi được gặp ông càng sớm càng tốt. Người đó rắp chí muốn đi xa. Có thể là đi Tầu mà cũng có thể sang Tây. Ông ta chờ Giải Phan cũng đã hai tháng nay. Ông ta không thể chờ lâu hơn nữa. Thế mà nhà Giải Phan lúc này thiệt là bói không ra một đồng, một chữ. Ông thở dài ngao ngán.

Đã từ cả chục năm nay, từ khi mẹ già mất đi, cha vì thương nhớ cũng có, mà vì vận nước cũng có nên đêm ngày thổn thức mà lâm trọng bệnh. Đã thế nhà lại hiếm muộn, chỉ có một mình Giải Phan chạy vạy thuốc thang. Nhà cửa vì vậy mà tiêu điều xơ xác. Giải Phan nghĩ thầm, đời người ta như bóng câu qua cửa sổ. Uy Viễn Tướng Quân quả là có lý khi viết:

...Thoạt sinh ra thì đà khóc chóe
Trần có vui sao chẳng cười khì...

Chà mới đó mà tuổi ba mươi của Giải Phan đã sắp qua. Giải Phan lẩm bẩm: Tam thập nhi lập, tam thập nhi lập – Tứ thập nhi bất hoặc...'' Nào có phải ông không biết lập đây là lập chí. Chí của ông không đợi đến năm ba mươi tuổi. Ông đã có nó từ khi biết thế nào là cái nhục của nước mất. Ông đã có nó từ khi ông chưa đầy hai mươi tuổi.

Năm 1885 kinh thành Huế thất thủ. Vua Hàm Nghi phải bôn đào. Cụ Phan Đình Phùng cầm đầu phong trào Cần Vương, kháng chiến chống Pháp trong phạm vi ba tỉnh Nghệ An, Hà Tĩnh và Quảng Bình. Lúc đó Phan Bội Châu chỉ mới là một cậu học trò mười tám tuổi, nhưng lòng ái quốc đã bừng bừng phẫn nộ...

(Người Trăm Năm Cũ, (quyển 2), Người Việt, Califor-nia, USA., 2002, tr. 411-412.)

CHÚ THÍCH

Phan Bội Châu (1867-1940): *người xã Đông Liệt, huyện Nam Đàn, tỉnh Nghệ An, tòng học trường Quốc Tử Giám và đỗ thủ khoa năm Canh Tý (1900).*

Giải nguyên: *Giải: theo chế độ nhà Đường, các kẻ sĩ tiến lên từ các vùng gọi là giải. Về sau Thi Hương gọi là Giải Thí. Vì thế, từ Giải ở đây chỉ kỳ Thi Hương. Nguyên: đầu.*
- Người đậu đầu khoa Thi Hương.

Mạt vận: *Mạt: cuối cùng, nhỏ mọn. Vận: xoay vần chỉ giai đoạn tốt xấu, rủi may trong cuộc đời.*
- Vận đi đến chỗ cùng quẫn.

Bóng câu qua cửa sổ: *Bóng câu: bóng ngựa chạy nhanh. Nghĩa bóng: sự nhanh chóng của thì giờ.*

Tam thập nhi lập: *Ba mươi tuổi thì lập chí (quyết tâm định tới một mục đích).*

Tứ thập nhi bất hoặc: *Bốn mươi tuổi thì chẳng còn nghi ngờ gì nữa.*

Thất thủ: *Thất: mất. Thủ: giữ.*
- Chỗ đang giữ bị mất đi.

Phẫn nộ: *Phẫn: oán hận. Nộ: giận.*
- Giận dữ.

BÙI VĨNH PHÚC

Sinh năm 1953 tại Hà Nội, Bắc Việt.

CÁC KHUYNH HƯỚNG VĂN CHƯƠNG TRONG DÒNG VĂN HỌC NGOÀI NƯỚC

Dòng văn chương ngoài nước của người Việt sau ba mươi năm xa xứ có khá nhiều nét sinh động. Nó cho ta hình ảnh của một dòng sông lớn tách làm nhiều nhánh. Có những nhánh đã làm thành cả một dòng triều, nhưng cũng có những nhánh chỉ mới bắt đầu khơi chảy. Phân loại, chia cắt thành từng nhánh, từng dòng như thế để làm công việc nhận diện những khuynh hướng văn chương, văn học là một điều thật khó. Bởi lẽ, tất cả những nhánh, những chi này đều có chia sẻ với nhau một số nét chung nào đó; cùng lúc, chúng lại cho người khảo sát thấy là chúng đang đi về những hướng riêng. Ngoài ra, sự chia sẻ những nét đồng dạng giữa nhánh này và nhánh nọ, hoặc giữa chi nọ và chi kia, còn được thể hiện ở những mức độ khác nhau.

Nhánh A có thể chia sẻ một vài nét với nhánh B, nhưng lại có nhiều nét thống nhất hơn với nhánh C... Và sự liên hệ giữa các nhánh là điều không thể tránh được. Bởi lẽ, tất cả mọi phụ lưu đều đã xuất phát từ cùng một nguồn lớn để đổ ra biển cả.

Nếu ta chọn một cách nhìn đảo ngược, thì những nhánh đó là những dòng dị biệt, nhưng, cách này hay cách khác, đều đang tìm về một nguồn chung là quê nhà. Chính vì cái hiện tượng đó, việc phân định các chi các nhánh ở đây chỉ là một việc làm mang nhiều tính phương pháp hơn là thật sự có thể xác định bản chất của những khuynh hướng văn chương ngoài nước một cách rõ ràng. Tuy nhiên, người viết hy vọng là nếu có được một phương pháp tốt, ta sẽ dễ dàng hơn trong việc nhìn rõ bản chất của đối tượng mà ta muốn khảo sát.

Ta cũng có thể cho rằng văn chương ngoài nước được chia thành hai cụm lớn: một cụm nhớ nhà, chiến đấu... và một cụm thích nghi, hội nhập. Sự phân chia này - cũng như cách chia văn chương ngoài nước ra làm những nhánh, những chi khác biệt như trên - cũng không tránh khỏi tình trạng khó khăn trong việc *định tính* của mỗi khuynh hướng. Khuynh hướng nhớ nhà có những điểm khác với khuynh hướng chiến đấu. Khuynh hướng thích nghi có những điểm khác khuynh hướng hội nhập. Và nói ngược lại thì cũng đúng. Ngay trong cùng một cụm, chúng cũng có những điểm gần nhau. Và sự chia sẻ một số đặc tính chung giữa hai cụm cũng không hẳn là không có thể dễ dàng tìm thấy. Bởi vậy, để nhắc lại một lần nữa, tôi muốn nói là sự phân nhánh được đề nghị ở đây chỉ là để giúp cho người làm công việc theo dõi, khảo sát được dễ dàng hơn. Sự phân chia này cũng có mục đích giúp người đọc dễ nhận thấy tính vận động của dòng văn chương ngoài nước. Nếu không thử tìm một cách phân chia nào đó, việc trình bày và đánh giá (nếu có) của bất cứ một người nào muốn tìm hiểu, khảo sát dòng văn chương Việt ngoài nước (ít nhất là tính từ thời điểm này ngược lại về dấu mốc 1975) sẽ trở nên bất khả hoặc thiếu tính chính xác và không có hệ thống.

Theo cách nhìn của tôi, ta có thể chia dòng văn chương ngoài nước ra làm sáu nhánh với những lưu lượng và nhịp chảy riêng khác nhau. Nhánh thứ nhất tôi tạm gọi tên là *nhánh hoài cảm, nhớ nhà.* Nhánh thứ hai tạm gọi là nhánh *lên đường, chiến đấu.* Thứ ba là *nhánh thích nghi.* Thứ tư, *nhánh hội nhập.* Thứ năm *nhánh tiếp cận, phê phán lịch sử, xã hội,* trình bày những mẫu sống bằng sự quan sát, ghi nhận khách quan, nhiều khi đượm màu sắc triết lý. Và cuối cùng, thứ sáu là *nhánh duy cảm, duy nhiên,* có nhiều tính "vị nghệ thuật", nghiêng về hướng triết lý sống... Tất cả những nhánh này, ở những mặt nào đó, lại gắn bó chia sẻ với nhau một số nét chung. Có những tác giả, trong cùng một giai đoạn hoặc trong những giai đoạn khác nhau của hành trình cầm bút, có thể ở vào những khuynh hướng khác nhau. Ngay trong một tác phẩm, ta cũng có thể thấy sự thể hiện của những khuynh hướng khác nhau trong đó (nhất là trong một tuyển tập truyện ngắn chẳng hạn).

Nhưng, như đã nói, ta hãy cứ thử làm công việc phân nhánh như thế để định tính của những dòng này. Sự phân nhánh này từ một góc độ khác, cũng cho thấy sức vận động và phát triển của dòng văn chương Việt ngoài nước trong thời gian hơn mười ba năm qua.

(Lý Luận Và Phê Bình (Hai Mươi Năm Văn Học Việt Nam Ngoài Nước 1975-1995), Văn Nghệ, California, USA., 1996, tr. 500-502.)

CHÚ THÍCH

Khuynh hướng: *Khuynh: nghiêng. Hướng: quay về.*
- Nghiêng về hướng nào đó.

Văn chương: *Văn: lời văn. Chương: từng bài.*
- Lời văn hay viết thành từng bài.

Văn học: *Văn: văn chương; chữ nghĩa. Học: học; nghiên cứu.*
Nghĩa rộng: sự nghiên cứu về văn chương, học thuật.

Dị biệt: *Dị: khác. Biệt: khác.*
- Khác nhau.

Thích nghi: *Thích: hợp với. Nghi: nên; thích đáng.*
- Hợp với những gì nên làm.

Bất khả: *Bất: chẳng. Khả: có thể.*
- Chẳng thể; không thể.

Vị: *vì; thay thế.*

Nghệ thuật: *Nghệ: nghề. Thuật: cách thức; phương pháp.*
- Công việc làm có đường lối, phương pháp, để tỏ ý thức, tình cảm hay lý tưởng của mình trên ba chỗ nhắm: chân, thiện và mỹ.
(Chân: thật. Thiện: lành, tốt. Mỹ: đẹp)
** Khuynh hướng văn chương "vị nghệ thuật" thường chú trọng đến giá trị của "chân, thiện, mỹ" hơn là giá trị của đời sống con người (vị nhân sinh).*

NGUYỄN HƯNG QUỐC

Sinh năm 1957 tại Quảng Nam.

CHẤT THƠ TRONG THƠ

Một bài thơ hay, thường hay ở nhiều yếu tố, hay ở ý nghĩ, hay ở cảm xúc, hay ở hình ảnh, hay ở ngôn ngữ, nhưng theo tôi, quan trọng hơn cả, một bài thơ hay phải là một bài thơ có nhiều chất thơ.

Người xưa thường gọi chất thơ là thi tính.

Chất thơ, trước hết, là cái đẹp. Đã hẳn. Gọi một khung cảnh nào đó là "nên thơ" cũng có nghĩa là nói khung cảnh ấy đẹp. Nhưng chất thơ không chỉ có nghĩa là cái đẹp. Ở đời, không hiếm cái đẹp mà lại không nên thơ. Sông Seine vừa đẹp vừa nên thơ, trong khi tháp Eiffel chỉ đẹp mà không nên thơ. Hoa hồng đẹp và nên thơ, trong khi một chiếc xe hơi thuộc loại tối tân nhất, lộng lẫy nhất cũng chỉ đẹp mà không nên thơ. Người ta thường ca ngợi một ánh mắt thơ, một mái tóc thơ, nhưng không ai nói là một bàn tay thơ, một bàn chân thơ, dù cả hai đều đẹp.

Khái niệm chất thơ và khái niệm cái đẹp rõ ràng là không đồng nhất với nhau.

Chất thơ, cũng như cái đẹp, luôn luôn gợi lên trong lòng

người dạt dào những rung cảm, những xôn xao, hoặc là thích thú, hoặc là thán phục, hoặc là cao hơn, đam mê. Tâm lý con người, đứng trước chất thơ cũng như cái đẹp, thường giống nhau: chiêm ngưỡng. Tuy nhiên, trước cái đẹp, con người có thể có ý muốn chiếm lĩnh; còn trước chất thơ, người ta chỉ có ý muốn khám phá. Điều khác nữa là, chất thơ không những gợi lên cảm xúc mà còn làm cho trí tưởng tượng của con người bay bổng lên cao và xa hơn cái thực tại trước mắt. Có phải vì hai nét dị biệt trên mà từ "thơ" trong tiếng Việt có ba hướng kết hợp chính: một, kết hợp với từ "ngây" để thành "thơ ngây" chỉ sự hồn nhiên, trong sáng, chỉ có lòng tò mò khám phá mà tuyệt đối không vương vất ý đồ chiếm lĩnh; hai, với từ "mộng" để thành "thơ mộng" chỉ một cái gì đẹp mơ màng như hình ảnh ảo; và ba, với âm láy "thẩn" để trở thành "thơ thẩn" chỉ một hành động hoàn toàn không có mục đích và vô vị lợi: *"Trước sân anh thơ thẩn..."*

Có thể định nghĩa chất thơ như sau: Chất thơ là vẻ đẹp khiến tâm hồn con người được nâng lên cao, thoát khỏi những thị dục và thị hiếu tầm thường, gợi lên niềm chiêm ngưỡng hoàn toàn vô vị lợi và khiến cho trí tưởng tượng con người hoạt động mạnh mẽ, đeo hút vào thế giới đẹp đã và cao cả của tinh thần.

Chất thơ là chiếc cầu bắc qua hai bờ thực và mộng.

Ba tính chất cơ bản của chất thơ là: gợi cảm, hướng thượng và mở ra man mác một cõi đẹp còn ẩn khuất đâu đó nhưng chắc chắn là bao la, không cùng không tận.

(Nghĩ Về Thơ, Văn Nghệ, California, USA., 1989, tr. 35-36.)

CHÚ THÍCH

Yếu tố: *Yếu: quan trọng, cần phải có. Tố: nguyên chất.*
- Nguyên chất cần thiết để làm thành sự vật.

Khái niệm: *Khái: tổng quát. Niệm: ý nghĩ.*
- Quan niệm tổng quát về một vấn đề gì.

Thán phục: *Thán: than thở; khen ngợi. Phục: kính trọng và chịu thua ai về một phương diện nào.*
- Khen phục.

Chiêm ngưỡng: *Chiêm: xem. Ngưỡng: ngẩng mặt lên.*
- Ngẩng mặt nhìn lên trông một cách kính cẩn và cảm phục.

Thực tại: *Thực: có thật. Tại: ở.*
- Hiện đang có.

Kết hợp: *Kết: thắt chặt lại. Hợp (hiệp): hợp lại.*
- Thắt chặt, nhóm hợp lại với nhau.

Hướng thượng: *Hướng: quay về. Thượng: trên.*
- Đi lên, cải tiến để được tốt hơn.

Ẩn khuất: *Ẩn: giấu kín. Khuất: che lấp, không trông thấy.*
- Che giấu, không rõ rệt.

NGUYỄN VĂN SÂM
Sinh năm 1940 tại Sài Gòn, Nam Việt.

BÓNG VẪN PHỦ ĐỜI

Chàng bước nào hội trường lòng háo hức, xao xuyến. Bảy năm lao dịch, một năm chui nhủi, mấy tháng dài người đợi chờ cộng với khoảng thời gian đằng đẳng quần quật vì miếng ăn đã kết thạch lòng. Sắc diện chứng tích thời khốn khổ biểu lộ với đời ngay thoáng nhìn đầu tiên. Dĩ vãng xây mộ tương lai bằng tảng đá ngàn cân kéo tim xuống, ngăn chận nụ cười. Quá khứ tủi nhục gặp trạng huống kỳ quặc hiện tại thành hai yếu tố có ái lực nhau phối hợp thành chất ưu tư kết tủa, dần vặt lòng. Vết chém nào không để lại dấu vết? Đường cứa vào thân cây hôm sau còn để lại vết tích sần sùi rướm nhựa, huống chi lưỡi búa thù chém phập xuống theo tháng năm, bằm nát tâm tư khô cằn, khuấy thọc để moi đến tận cùng sự đớn đau, nạo vét tới lớp chót địa tầng khổ ải? Kết quả "thần thánh" của thời gian lao dịch sống đời thái cổ trên rừng núi, tác dụng của "đỉnh cao trí tuệ loài người" lên những ai không cùng phe phái! Vợ chàng lúc còn ở nhà vẫn thường cần nhằn: "Anh quên quá khứ đi coi có được không? Qua đây rồi!" Nàng ngừng lại không nói thêm, sau đó thường là thời khoảng im lặng nặng chì kéo dài suốt buổi cơm nhạt nhẽo hay một tràng chửi chó mắng mèo vu vơ bắt quàng trút lên đầu hai đứa con tội tình. Nhưng hòn đá quá khứ vẫn oằn trĩu trong tâm tư như cái bướu dính liền với da thịt từ những năm gần mất nước, lớn dần theo thời gian. Giờ đã trở thành một phần thân thể, cắt đi, chàng không còn là mình nữa. Lắm lúc cũng có những cuộc trắc nghiệm. Thiên hạ nhảy đầm? Ừ cũng nhảy chớ sợ gì? Nhưng đến nơi sao thấy muốn bỏ về. Không gian xa lạ, cảnh tượng như cười ngạo mạn. Xa cách. Trêu chọc. Thiên hạ đang có phong trào thưởng thức nhạc? Ừ, cũng vặn lên, nhưng giọng ca ưa chuộng ngày xưa nghe sao lạ hoắc, nhạt nhẽo, vô duyên như lời yêu đương tỉ tê bên tai kẻ tu hành, lạc điệu như lời thuyết giảng đạo đức cho người lấy sự hành hạ kẻ khác làm lẽ sống. Và hôm nay, lần đầu tiên ở đất tạm trú chàng mới thấy lòng mình một chút gì đó rộn ràng, thơ thới.

Chàng nói với mình trong nỗi cảm xúc cố nén. "Sự uất hận cần thiết. Lò hấp nóng hữu ích. Nhiều người đã ngủ vùi theo thời gian. Cuộc hội họp đồng hương nào cũng tốt. Ít ra sau buổi lễ cũng được vài người nung chí. Hạt nhân tốt tuy chậm đâm chồi nẩy lộc nhưng cũng chưa hoàn toàn ung thối vì hoàn cảnh bất lợi."

(Ngày Tháng Bồng Bềnh, Gió Việt, Texas, USA., 1987, tr. 21-22.)

CHÚ THÍCH

Hội trường: *Hội: nhóm họp. Trường: trường học hay một khoảnh đất lớn thường có nhiều người tụ họp.*
- Chỗ dùng để nhóm họp, thảo luận.

Lao dịch: *Lao: mệt nhọc. Dịch: công việc.*
- Công việc nặng nề, mệt nhọc.

Sắc diện: *Sắc: màu. Diện: mặt.*
- Sắc mặt.

Thái cổ: *Thái: rất. Cổ: xưa.*
- Rất xưa.

"Đỉnh cao trí tuệ loài người": *câu nói kiêu căng, tự đề cao, thường được cán bộ Việt cộng sử dụng từ sau 1975.*

Quá khứ: *Quá: qua. Khứ: đi.*
- Những gì đã qua.

Trắc nghiệm: *Trắc: đo lường. Nghiệm: xem xét.*
- Đo lường để xem xét kết quả.

Thiên hạ: *Thiên: trời. Hạ: dưới.*
- Dưới bầu trời.
Nghĩa rộng: mọi người.

HÀ THÚC SINH
Tên thật Phạm Vĩnh Xuân
Sinh ngày 07/07/1943 tại Thanh Hóa, Bắc Việt.

ÔNG H.O.

Ông Hiền đẩy cánh cửa kính sang bên, một tiếng chim lọt vào, rời rạc như sắp chết khát. Ông thả mắt ra chân trời xa. Màu u ám làm thành một vòng đai dày mà không khơi nổi cho ông một cảm giác về hơi ẩm. Ông nén tiếng thở dài, như ái ngại rồi sẽ phải hít nhiều hơn vào buồng phổi một lượng không khí không tốt gì cho những phế nang già. Ông ơ hờ khép cánh cửa lại, tiếp tục đứng nhìn, đầu óc như không làm việc.

Thành phố Alhambra đang lên cơn sốt. Bước kế tiếp của mùa hè muộn 1992 là những ngày nóng trên 100 độ F. Hừng hực, nhễ nhại liên tục. Những tàn tiêu Ba Tây xanh quanh năm giống bầy gà mái mẹ mập ú, im lìm gồng lưng che nắng cho bầy chim sâu chim sẻ. Chỉ lũ phong là sớm xác xơ, đứng nhìn xuống những luống hoa sặc sỡ bên đàng, thỉnh thoảng một ngọn gió mồ côi đánh rơi vài chiếc lá đỏ úa như những giọt lệ thương tiếc cho một thời sung sức.

Bất giác ông Hiền nói với vào trong, giọng lo lắng:

"Thơm à, như có ai ngoài cửa ấy."

"Sao bố cứ có với không suốt ngày thế vậy."

Một thằng bé vụt qua sân nắng, tay ôm theo quả bóng. Ông đập tay cái đét vào trán, nhẹ nhưng đủ chấn động cho ông tỉnh lại, cho ông thấy hóa ra mình lại lầm và con nhỏ nó thế mà đúng. Nó luôn luôn đúng và mình luôn luôn lầm. Ông cằu nhàu vu vơ nhưng bụng chẳng giận ai. Mình là người thừa, giận với dỗi đâu còn là thứ vũ khí đáng ngại cho một ông bố đang sống như một thằng người thừa!

Chuông điện thoại lại ré lên. Ông Hiền lại giật mình. Cái điện thoại! Rõ ràng ông với nó tuyệt nhiên không có liên hệ gì với nhau nhưng nó làm phiền ông ghê gớm. Mỗi tiếng reo của nó như hứa hẹn đem đủ thứ chuyện bá vơ ngoài khung cửa vào quấy nhiễu sự yên tĩnh của ông. Nó biến ông thành thứ nạn nhân thường trực vì luôn luôn làm ông giật mình bối rối.

(Tống Biệt Hai Mươi, Xuân Thu, California, USA., 1999, tr. 409-410.)

CHÚ THÍCH

H.O.: *"Hai chữ H.O. phát xuất từ ký hiệu các danh sách cựu tù nhân chính trị mà Việt cộng gửi cho phía Mỹ từ danh sách đánh số H01, H02, H03 tới H10, H20, H30, H40 v.v... Không viết tắt của chữ gì cả, đã bị nhiều nhà báo hải ngoại hiểu lầm là Humanitarian Operation..."* (Đặng Trần Huấn, Chữ Nghĩa Bề Bề, Văn Mới, California, USA., 2000, tr. 107.)

Bất giác: *Bất: chẳng. Giác: biết.*
- Một hành động tự nhiên không suy nghĩ trước.

Chấn động: *Chấn: rung động. Động: rung chuyển.*
- Rung động, lay chuyển mạnh mẽ.

Liên hệ: *Liên: họp lại, nối liền. Hệ: ràng buộc.*
- Có liên can, ràng buộc với nhau.

Quấy nhiễu: *Quấy: khuấy, quậy cho đều. Nhiễu: khuấy rối, gây loạn.*

Tiêu: *cây chuối: ba tiêu.*

KIỆT TẤN

Tên thật Lê Tấn Kiệt
Sinh năm 1940 tại Bạc Liêu, Nam Việt.

NỖI ƯU TƯ VỀ TƯƠNG LAI VĂN HỌC HẢI NGOẠI

Tôi cầm bút là một chuyện tình cờ, hết sức tình cờ. Như một người lặn hụp trong đời sống quá lâu, tôi cần trồi lên để thở. Và để thở, tôi viết. Tôi viết để thở. Cho tới lúc lấy lại được quân bình giữa mình và trời đất.

Tôi gia nhập dòng văn học hải ngoại có phần nào muộn màng. Như đã nói, do một biến cố lịch sử, dòng văn học này xuất phát như một hiện tượng. Và như mọi hiện tượng, nó sống như một hiện tượng và sẽ biến đi như một hiện tượng. Như một vì sao chổi vụt ngang nền trời một đêm trong sáng. Còn để lại chăng là chút bụi sáng xua vệt đuôi. Chịu đựng với thời gian được bao lâu, còn đứng trong tầm mắt được bao lâu, ai biết? Hiện tượng biến đi của nền văn học tiếng Việt hải ngoại cũng dễ hiểu thôi. Phần viết, ai viết? Người am tường tiếng Việt và thích viết thì già đi. Lớp trẻ, 25 tuổi trở xuống, thì không nắm vững tiếng Việt. Có nắm vững chưa chắc đã thích viết - chưa nói đến phương tiện phổ biến. Trong một tương lai xa vời, viết được tiếng Việt đáng kể ở hải ngoại còn chăng chỉ là một vài trường hợp đặc thù, lẻ tẻ. Lớp trẻ, nếu thích viết, có lẽ họ sẽ chọn ngoại ngữ, loại tiếng nào mà họ nắm vững - phần lớn là Anh ngữ. Phần đọc, ai đọc? Phân tích đọc cũng tương tự như viết, thay tiếng viết bằng tiếng đọc. Hơn nữa, lớp sồn sồn (30-50) và lớp trẻ (20-30) bây giờ thích đếm hơn thích đọc. Jobs, đếm. Xe hơi, đếm. Mã lực, đếm. Nhà, đếm. Bề rộng, đếm. Trương mục, đếm. Stocks, đếm. Nữ trang, đếm. Ca ra, đếm.

Mặt khác, phương tiện truyền thông tiến bộ vụt vụt, phổ biến vù vù, ai hơi sức đâu ngồi đó rị mọ mà viết với lách, đọc với điếc, nhứt là tiếng Việt, khó thấy mồ, đọc muốn trẹo bảng họng! Chơi video games vui hơn, lẹ hơn, hào hứng hơn, hậu hiện đại hơn. Thoảng hoặc có vị nào ghiền viết tiếng Việt quá thì ngồi vào bàn mà gõ. Nhưng rồi đây cũng "Quên thôi bóng sẽ phai hường, mà xưa tiếng *gõ* nghe dường thiên thu!"

Gõ xong, e-mail cho bạn bè, những bực cao niên lẩm cẩm, những người chưa chịu chết. Hoặc gởi đăng trên những tờ báo văn nghệ tiếng Việt, cũng thuộc diện chưa chịu chết.

Còn những người không có thẻ tín dụng, không có stocks, không có điện thoại di động, không có video games, không có karaoké, không có micro, không có e-mail, không có gõ ghiếc gì hết ráo như tôi thì sao? Thì làm một màn "Mỗi năm hoa đào nở, lại thấy ông đồ già, bày mực tàu giấy đỏ", hạ bút bi lả lướt đi một đường tiếng Việt trên giấy trắng. Viết xong, bèn phóng ảnh. Phóng ảnh xong, bèn gởi cho những người bạn già chưa chịu chết, dán tem cẩn thận, sợ thất lạc. "Cho vui vậy mà!", lại Bùi Giáng. Nhưng cầm đá sỏi ném vào cái giếng không đáy, không có tiếng dội lại, hồi lâu cũng thua buồn. Bỏ đi ngủ. Rồi biết đâu một sáng đẹp trời nào đó, mặt trời lại mọc, chim chóc lại hót vang, nhưng cũng ngày đó biết đâu

Năm nay đào lại nở
Không thấy ông đồ xưa
Những người muôn năm cũ...

(Văn Học (nguyệt san), số 203-204, 4/2003, California, USA., tr. 112-113.)

CHÚ THÍCH

Tình cờ: *Ngẫu nhiên, tự nhiên đến, không liệu trước.*
Hiện tượng: *Hiện: đang, bây giờ. Tượng: hình trạng.*
                 - Hình trạng sự vật có thể thấy được.
Am tường: *Am: hiểu rõ. Tường: rõ ràng.*
                 - Hiểu biết rõ ràng.
Phương tiện: *Phương: hướng, phép tắc. Tiện: lợi ích.*
                 - Cách thế tiện lợi.
Cao niên: *Cao: cao. Niên: tuổi.*
                 - Lớn tuổi; già.

NGUYỄN SỸ TẾ

Sinh năm 1922 tại Vụ Bản, Nam Định, Bắc Việt.

SỰ TIẾN HÓA CỦA VĂN HÓA

Văn hóa không phải là một sự trạng tĩnh mà, trái lại, là một hiện tượng động tuy nhịp đổi thay của nó rất chậm chạp. Những nguyên nhân tác động sự đổi thay của văn hóa có nhiều thứ, từ nhẹ tới nặng ta có thể kể: tâm lý cá nhân (tâm lý này lại chiếu phóng xuống tâm lý xã hội), tâm lý tập thể của một nhóm đoàn nòng cốt của quốc dân, sự tiếp xúc và trao đổi văn hóa từ dân tộc này qua dân tộc khác, những biến động xã hội và chính trị ở trong nước, những biến động chính trị quốc tế như khủng hoảng kinh tế, chiến tranh, cách mạng... Ngoài ra, ta còn có thể kể những phát minh của khoa học và kỹ thuật có liên quan tới đời sống của mọi người nhất là những phát minh lớn lao và dồn dập của thời nay.

Nhưng dầu có đổi thay theo lẽ tiến hóa tự nhiên thì cốt cách của nền văn hóa dân tộc với những nét đặc thù của nó, với phong cách sống của dòng giống cũng vẫn giữ được phần căn bản của nó. Cho nên những tham vọng độc tài nhằm triệt tiêu toàn bộ cấu trúc văn hóa của ông cha để lại sẽ chỉ là tham vọng hão huyền và tội lỗi. Người một nước phải nhận định rõ cái gia tài văn hóa của tổ tiên để lại để mà giữ gìn, đồng thời phá tan đi những mưu mô phản dân, hại nước.

Nói như trên không có nghĩa là biện minh cho chủ trương bảo thủ cổ hủ. Triết lý mở cửa và đồng hóa tha nhân của tổ tiên ta như vừa nhắc lại trên đây là một luận cứ hùng hồn. Không ai ngăn cản được sự tiến hóa. Vấn đề văn hóa, như đã nói trên, là một vấn đề giá trị, giá trị để mà chọn lựa và sắp xếp sao cho thích hợp với nhu cầu của thời đại và mức tiến của văn minh nhân loại. Văn hóa là công cuộc của giáo dục, và cứu cánh của giáo dục, trong hiện tình của tư tưởng thời đại là hai cuộc tái hội nhập song song: *hội nhập cá nhân vào trong xã hội quốc dân, và hội nhập cá nhân vào trong xã hội nhân loại.* Cho nên, những tính chất thiết yếu của bất luận một nền văn hóa nào hiện nay cũng là tự do, dân chủ, khai phóng và tiến bộ. Đó là những thước đo không thể nào bẻ gãy.

(Tiểu Luận Văn Hóa Và Giáo Dục, Trúc Lâm, California, USA., 2000, tr. 19-20.)

CHÚ THÍCH

Văn hóa:　　　*Văn: văn học. Hóa: giáo hóa.*

- *Văn học và giáo hóa, tức sự dạy dỗ, học hỏi bằng chữ nghĩa, văn chương: trình độ văn hóa. Nghĩa rộng: mọi sự cần dùng về đời sống có tổ chức của một dân tộc như: kinh tế, pháp luật, mỹ thuật, văn chương v.v...*

Biến động: *Biến: thay đổi. Động: trái với tĩnh.*
- Gây xáo trộn, ồn ào.

Phát minh: *Phát: bắn ra. Minh: sáng.*
- Tìm ra được điều mới, có giá trị, trước đây chưa ai biết đến.

Hão huyền: *Hão: trống rỗng, không thực. Huyền: xa xôi, viển vông.*
- Không thể có.

Mưu mô: *Mưu: trù tính kế hoạch. Mô: lấy một việc, vạch ra một kế, bàn định kế ấy để đem ra thực hành gọi là mô.*
- Tính toán, sắp đặt mưu kế.

Cổ hủ: *Cổ: xưa. Hủ: mục nát.*
- Xưa cũ, không hợp thời nữa.

Tha nhân: *Tha: khác. Nhân: người.*
- Người khác.

Nhu cầu: *Nhu: cần thiết. Cầu: đòi hỏi.*
- Sự vật cần dùng.

Thiết yếu: *Thiết: cần đến. Yếu: quan trọng, cần thiết.*
- Quan trọng cần thiết.

Khai phóng: *Khai: mở. Phóng: buông thả.*
- Cởi mở, buông thả, tự do.

TƯỞNG NĂNG TIẾN
Sinh năm 1952 tại Sài Gòn.

MÌ QUẢNG

Mà mì quảng ngon tuyệt vời nha. Sợi mì làm bằng bột gạo rồi đem nhuộm vàng. Không phải cái màu vàng "đồng bóng" của nghệ, hay màu vàng thổ nhà quê đâu. Sợi mì quảng thường vàng tươi và chỉ đủ vàng để dung hợp với màu xanh của rau đi kèm với nó.

Rau sống ăn với mì quảng không bị đặt nằm một cách trơ vơ như một đĩa giá hay xà lách để ăn chung với phở. Nó cũng không bị thu vén một cách bần tiện trong những cái đĩa con con như rau để ăn chung với bún riêu hoặc bún bò. Tất cả những loại rau thơm để ăn chung với mì quảng, kể cả rau xà lách, đều được thái nhỏ mịn và bỏ chung gọn gàng trong tô mì.

Nước mì quảng không lênh láng như nước phở, không thừa thãi như nước bún bò, không nhạt nhẽo như nước mì hay hủ tíu. Nó hơi sền sệt với thịt heo sắt vụn, với tôm khô giã nhuyễn nấu nhừ, và luôn luôn chỉ được chan vào tô ở mức hơi săm sắp.

Mà đừng tưởng như vậy sẽ khiến cho tô mì không đủ nóng nha. Nghĩ như vậy là lầm à. Độ nóng của tô mì quảng không hoàn toàn do nước mà còn tùy thuộc phần nào vào số lượng ớt bằm mà thực khách múc bỏ vào tô. Nhiều ớt quá tô mì hóa cay chát. Hỏng. Mà ít ớt thì nó sẽ thiếu cái độ nóng và độ cay cần thiết. Hư. Mà nhớ là ớt bằm à nha. Mì quảng dứt khoát và quyết liệt không dung thứ những loại ớt khác như ớt xanh, ớt sắt, ớt khô, ớt ngâm dấm... hay bất cứ một loại ớt nào khác trên cuộc đời này.

Mô tả như vậy dễ gây ngộ nhận rằng mì quảng là một món ăn cầu kỳ, trưởng giả. Nghĩ như vậy là kể như trật thêm một lần nữa. Ráng chịu. Mì quảng không kiểu cách, lộn xộn, rườm rà như bún thang; không xuề xòa như bún ốc; không vô duyên như bún mọc.

Mì quảng giản dị mà đậm đà và vô cùng đằm thắm.

Và mì quảng cứ ở miệt Quảng Nam. Nó không di cư ồ ạt rộn ràng như phở, không chen chân nơi những đô thị xa lạ như bún bò, không tỏ thái độ vô tình bạc bẽo theo kiểu "một đi không trở lại" như mì sợi hay hủ tíu.

(Thơ Văn Hải Ngoại Năm 2000, Văn Mới, California, USA., 2000, tr. 635-636.)

CHÚ THÍCH

Tuyệt vời: *Tuyệt: hết sức; rất. Vời: khơi; giữa dòng nước, cách xa bờ.*
Nghĩa bóng: xa mút tầm mắt.
- Quá sức, cực kỳ.

Bần tiện: *Bần: nghèo. Tiện: hèn hạ.*
- Nghèo hèn.

Quyết liệt: *Quyết: chia cắt, nhất định. Liệt: xé ra.*
- Nhất định xé ra.
Nghĩa rộng: hăng hái, kịch liệt, một mất một còn.

Ngộ nhận: *Ngộ: lầm lẫn. Nhận: phân biệt cho rõ sự việc.*
- Hiểu lầm.

Di cư: *Di: dời. Cư: ở.*
- Dời chỗ ở.

Đô thị: *Đô: ấp lớn nhất trong một nước. Thị: chợ.*
- Nơi dân chúng tụ họp buôn bán tấp nập.

ĐỖ QUÝ TOÀN

Bút hiệu Ngô Nhân Dụng
Sinh ngày 15/06/1939 tại Bắc Ninh, Bắc Việt.

MA LỰC CỦA TIẾNG NÓI

Lời nói trong thơ có đặc tính của những thần chú, mật ngữ. Nó tạo nên những ảnh hưởng mà lý trí, óc phân tích, óc duy lý không thôi không tiếp nhận được. Nó giống như tiếng chuông của Pavlov nghe từ lúc mẹ bồng trên tay.

Chúng ta đã biết rằng trên thế giới này không có tiếng nói nào êm dịu hơn tên của chính mình. Không phải thi sĩ mới thấy "Tôi gọi tên tôi cho đỡ nhớ... tôi hét tên tôi cho nguôi giận..." (T.T.T.)*. Một trong những lời nói đầu tiên mà một đứa trẻ nhận ra là tên gọi của nó. "Cu Tử, cu Tử! cười nào!" Cái tên đó thân mật, âu yếm, gần gũi, kêu gọi. Khi lớn lên, nó lại được nghe tên của mình kèm theo với những tiếng khác, như "em" hay "anh", tác dụng ma lực của tên gọi càng mạnh.

Cũng như khi con chó nghe tiếng chuông, chúng ta nghe gọi tên, nghe bút hiệu của mình thì bao hạch tuyến trong cơ thể cùng phát động. Một trong những cực hình của các trại cải tạo, trại tập trung, là nó khiến chúng ta nghe đọc tên của mình là hoảng hốt sợ hãi. Nghe gọi: "Anh nào là anh

Lào? Lên ban làm việc" là giật mình. Trong tình cảnh đó, tự do được hiểu là khi mình nghe gọi tên mình mà không hoảng sợ nữa! Những đứa trẻ hay bị cha mẹ gọi tên để la mắng chắc cũng chia sẻ nỗi sợ hãi như người tù cải tạo, và có lẽ muốn đổi tên mình. Khi một chàng trai được một cô gái cho phép gọi bằng cái tên thân mật trong gia đình cô vẫn gọi, "Lou ơi", chàng biết rằng chàng bước vô một liên hệ mới. Người yêu nhau hay đặt tên mới cho nhau.

Ngôn ngữ có ảnh hưởng ma lực khi một đứa bé thấy mình la to lên một tiếng thì người lớn tíu tít chạy lại, người vội bế mình lên, người chạy đi lấy tã thay, người vén áo cho mình bú sữa. Đứa bé bắt đầu có cảm tưởng tiếng nói, tiếng la, tiếng khóc và các âm thanh mà nó trộn lại, phát ra, có tác dụng kỳ diệu, có thể ảnh hưởng, có thể sai khiến được người khác. Những tiếng u ơ đầu tiên là để đòi cái vú mẹ. Kêu lên một tiếng là cái vú ngon lành xuất hiện. Và đối với trẻ sơ sinh, vú mẹ là sự tiếp xúc đầu tiên với thế giới. Tiếng kêu, cái bao tử, vú mẹ, mẹ và vũ trụ chung quanh, là một. Đó là kinh nghiệm đầu tiên về tiếng nói, vừa có tính thực dụng, vừa có ma lực. Những nhà phù thủy đi xa hơn một bước nữa, họ nghĩ rằng một tiếng nói của họ sẽ có tác dụng ngay cả với các chất sinh hóa, các vật vô tri. Họ hô phong hoán vũ, chữa bệnh, đánh giặc... bằng các câu thần chú.

Khi đứa trẻ lớn lên, học dùng tiếng nói là một diễn trình giúp nó làm chủ tình hình cuộc sống quanh nó. Ở trong nhà, gọi đúng tên các đồ vật là một cách bắt đầu để tập dùng, hay để chiếm hữu đồ vật đó. Đứa trẻ bày đồ chơi, gọi tên từng món một, thỏa thuê về quyền sở hữu tư! Khi đi học, gọi tên các chữ, học đúng tên các con vật, các định lý toán học, là làm chủ hiểu biết. Một người vào dự một cuộc hội thảo khoa học mà không biết dùng đúng các thuật ngữ thì cũng lớ quớ như một đứa trẻ gọi con dao là cái muỗng. Người ăn nói lắp bắp vụng về thì cũng "có tật" như người có bàn tay vụng về. Ngược lại thì mồm miệng đỡ chân tay.

Trong lúc học nói, tiếng nói luôn luôn có đủ hai tính chất: thực dụng và có ma lực.

Tiếng nói lại có vẻ ma lực nhờ ở ngữ pháp. Động từ là một loại tiếng rất lạ. Khi nói: "tôi hái hoa", tiếng động từ "hái" chỉ việc mình làm, việc đó thay đổi tình trạng ngoại vật là bông hoa. Tôi tưới hoa, tôi cắm hoa, tôi xé hoa v.v... đều như vậy. Nhưng khi nói: "tôi ngắm hoa" thì động từ "ngắm" không thay đổi tình trạng của bông hoa. Tuy nhiên động từ "ngắm" ở vào vị trí giống như động từ "hái", cấu trúc của hai câu giống nhau. Vì thế người nói có cảm tưởng "ngắm hoa" cũng là một cách tác động vào thế giới bên ngoài, như "hái hoa".

Cách chúng ta dùng tiếng nói, ngữ pháp, đã khiến chúng ta có cảm tưởng mình có khả năng thay đổi thế giới nhiều hơn là thật sự.

(Tìm Thơ Trong Tiếng Nói, Thanh Văn, California, USA., 1992, tr. 76-78.)

CHÚ THÍCH

Ma lực:	*Ma (gọi tắt Phạn ngữ Mala): ngăn trở, phá hoại. Lực: sức.*
	- Sức cám dỗ thần bí lôi cuốn người đời.
Đặc tính:	*Đặc: riêng biệt, khác thường. Tính: bản chất tự nhiên.*
	- Bản chất riêng biệt.

Pavlov: *Pavlov Van Petrovich (1849-1936) nhà sinh lý học người Nga, được giải thưởng Nobel về y khoa năm 1904.*

Hạch (hoặc tuyến): *những bộ phận nhỏ trong thân thể tiết ra những chất cần dùng cho sự sống.*

Cực hình: *Cực: đầu cùng. Hình: một hình thức để trừng phạt kẻ phạm tội.*
- Hình phạt nặng nhất.

Tình cảnh: *Tình: những mối cảm xúc trong lòng phát ra ngoài. Cảnh: một đoạn dài hoặc ngắn trong cuộc đời của mỗi người (cảnh vui, cảnh buồn, cảnh giàu sang, nghèo cực v.v...)*
- Nhân cái cảnh xúc động đến mối tình.

Kỳ diệu: *Kỳ: lạ lùng. Diệu: khéo léo.*
- Khéo léo lạ lùng.

Thực dụng: *Thực: có thật. Dụng: dùng.*
- Dùng một cách thiết thực.

Hô phong: *Hô: gọi lớn tiếng, la lớn. Phong: gió.*
- Gọi gió.

Hoán vũ: *Hoán: kêu, gọi. Vũ: mưa.*
- Kêu mưa.

Hô phong hoán vũ: *pháp thuật gọi gió kêu mưa.*

Thần chú: *Thần: một đấng linh thiêng. Chú: câu nói riêng của các thầy pháp, phù thủy dùng với tà ma, thánh thần trong việc trị bịnh, trừ tà; thần chú, niệm chú...*

*** T.T.T.:** *Thơ của Thanh Tâm Tuyền.*
Tên thật là Dư Văn Tâm.

HOÀNG NGỌC TUẤN

Sinh năm 1956 tại Nha Trang.

LÝ THUYẾT MỚI

Động lực thúc đẩy một lý thuyết mới ra đời bao giờ cũng xuất phát từ sự hoài nghi về những giá trị sẵn có. Một lý thuyết mới bao giờ cũng làm bật lên trong tư duy con người những câu hỏi mới — những câu hỏi mang tính phê phán về những giá trị sẵn có, hay về cách diễn dịch những giá trị sẵn có. Gốc rễ của lý thuyết là những ý tưởng mới. Khi một người phóng chiếu những ý tưởng độc lập vào một đối tượng của tư duy và muốn giải thích đối tượng đó theo cách riêng, y làm nẩy sinh ra một giả thuyết nào đó. Giả thuyết là một chuỗi những ý tưởng mới phát triển theo một hệ thống lý luận nhất quán, tập trung vào một đối tượng quan sát và được giả định là có khả năng giải thích đối tượng ấy. Một giả thuyết trở thành một lý thuyết sau khi nó được ứng dụng vào thực tiễn và thu hoạch được một khối lượng những bằng chứng có giá trị khách quan về khả năng giải thích đối tượng quan sát của nó. Sự thành công của một lý thuyết được công nhận khi đường lối giải thích của nó chứng tỏ có sức thuyết phục cao hơn những những đường lối giải thích sẵn có. Sức thuyết phục nằm ở chỗ nó tạo điều kiện cho người quan sát được nhìn thấy những góc cạnh và những ý nghĩa của đối tượng quan sát mà những lý thuyết sẵn có chưa từng chiếu rọi đến.

(Văn Học Hiện Đại Và Hậu Hiện Đại..., Văn Nghệ, California, USA., 2001, tr. 528.)

CHÚ THÍCH

Động lực: *Động: chuyển biến. Lực: sức mạnh.*
- Sức mạnh tạo nên chuyển biến.

Lý thuyết: *Lý: lẽ. Thuyết: nói.*
- Nói để hiểu rõ lý lẽ.
Nghĩa rộng: điều đặt ra để giải rõ một đường lối phải theo, và dựa vào đó để thực hiện đường lối ấy.

Hoài nghi: *Hoài: nhớ, chất chứa trong lòng; không tin. Nghi: nghi ngờ.*
- Mang mối ngờ vực trong lòng; không tin.

Tư duy: *Tư: suy nghĩ. Duy: chỉ.*
- Suy xét, phán đoán.

Đối tượng: *Đối: nhắm vào, hướng vào; chống cự.. Tượng: hình trạng, hình dáng.*
- Sự vật làm đích nhắm để hành động.

Giả thuyết: *Giả: không thật. Thuyết: nói, lời nói.*
- Thuyết tạm đặt ra để thử giải một điều khó hiểu.

Quan sát: *Quan: xem. Sát: xét.*
- Xem xét.

Ứng dụng: *Ứng: đáp lại, phù hợp. Dụng: dùng.*
- Có thể đem dùng được.

Khách quan: *Khách: người ngoài cuộc. Quan: xem.*
- Đặt mình vào địa vị của người ngoài cuộc để xem xét sự việc.

Thuyết phục: *Thuyết: nói. Phục: theo về.*
- Dùng lời nói để giảng giải, dẫn dụ người ta theo mình.

PHAN THỊ TRỌNG TUYẾN
Sinh năm 1951 tại Bến Tre, Nam Việt.

BẤT NGỜ

Ngay từ lúc giấy tờ đã xong, ông bà đưa nhau về quê cũ, thăm mả cha mẹ đôi bên, nhắn nhủ, gửi gấm với bà con còn lại. Đi thăm lại từng con đường, góc sông cũ. Mười mấy năm chiến tranh, rồi mấy năm hòa bình, bao biến đổi tang thương, kẻ còn người mất, cảnh cũ chẳng như trước nhưng ông như thấy lại tất cả. Chỗ này ông lén gặp gỡ bà, run tay khi trao tặng bà chiếc nhẫn mới mua gói trong vuông khăn nhỏ. Nơi kia, bà ẫm Hiếu còn đỏ hỏn, nép trong đám dừa nước, nín thở chờ đám lính Tây đi ruồng qua khỏi...

Sang đất Mỹ này, ông bà ở nhà người con trai lớn. Hiếu đã lập gia đình, đứa con trai đầu lòng đã sáu tuổi. Được gần một năm, thấy gia đình con bắt đầu lục đục. Đứa con dâu thỉnh thoảng dẫn con về nhà bố mẹ ruột mấy ngày chẳng buồn nói năng với ai. Thấy con trai buồn, bà phải nói ông tìm cách nói khéo để về nhà con gái thứ. Dọn về đây cũng được gần ba năm. Rồi chồng Thảo tìm được việc làm khá ở tiểu bang khác. Ông bà viện cớ sợ lạnh, muốn ở lại. Hai vợ chồng giao nhà cho cha mẹ. Thảo kín đáo gửi gấm ông bà cho Phú, người cháu con một người em ruột của ông Sáu, Phú ở cùng nhà nhưng sau khi tốt nghiệp có việc làm, đi suốt ngày tối về ngủ, week-end có khi đi chơi không về.

Thỉnh thoảng, hôm nào về sớm, mấy bác cháu ngồi nhâm nhi bên tách trà, nhắc chuyện quê hương. Hôm Giáng Sinh, Hiếu tặng cha mẹ một tủ đông lạnh thật lớn, loại tủ dài, nắp kính mở phía trên. Hiếu cho để basement. Ngôi nhà kiểu xưa, người chủ cũ gốc Pháp có một gian hầm nhỏ chứa rượu. Sau này Thảo ít khi dùng đến, chỉ để một ít củi vụn đốt lò sưởi, những món đồ khô, đồ hộp. Hai anh em bàn tính mãi, rồi quyết định dọn dẹp cho sạch sẽ, mua thức ăn khô và cái tủ đông lạnh. Thảo mua đủ thứ thức ăn chất trong đó, thịt heo, bò, gà, cá, tôm, cua. Cả đến rau cải, trái cây, loại nào để đông lạnh được là Thảo mua. Chỉ trong một ngày hai anh em đã làm xong, từ việc tráng xi măng của vợ chồng Thảo và hai chiếc vé đi một vòng Âu Châu trong một tháng. Từ lâu cả hai cứ đốc thúc ông bà đi chơi khi còn sức khỏe. Ông bà cứ hẹn lần hẹn lữa, cho đến khi Thảo tươi cười đưa phong bì đựng hai xấp vé...

Ông dự bị sẽ lên đường khoảng cuối tháng Ba, lúc khí hậu Âu Châu đã bớt lạnh, tất cả đã được thu xếp cẩn thận. Giấy tờ về nhà cửa, điện nước, điện thoại... Phú vẫn liên lạc với Hiếu và Thảo để thanh toán, tránh phiền phức cho ông bà. Ông chỉ cần chờ Phú về là đi. Phú lấy vacation ba tuần từ hôm trước Giáng Sinh hai ngày. Phú đi tận Florida và ở nhà một người bà con.

Ông Sáu thở dài. Mọi sự sắp đặt đã xong nhưng nào ai ngờ được chuyện xảy ra như thế. Mắt kính ông lại hoen mờ, đẫm nước. Ông chậm chạp tháo kính, lau nước mắt. Uống hết ngụm trà, ông đứng lên đi từng bước về phòng ngủ. Ông nghe trong người nặng nề, đuối sức, đầu óc trống rỗng, hoang mang. Vào phòng, ông khép cửa thật nhẹ, đến ngồi bên mép giường.

Bà Sáu nằm trên giường, chăn đắp đến ngang ngực, hai tay bà để ra ngoài. Trông bà thật mỏng manh, ốm yếu. Đôi mắt nhắm nghiền, da mặt xanh mét, như không còn sức sống. Ông Sáu nắm tay bà, nước mắt rơi lặng lẽ trên hai bàn tay nhăn nheo đầy những vết tàn nhang. Suốt ngày hôm kia, ngày hôm qua ông đã gào khóc như trẻ con, kêu tên bà đến khản cổ. Bà vẫn im lìm không đáp lại...

Cách đó ba hôm, tối sắp đi ngủ bà kêu đau bên cánh tay trái, nhờ ông bóp dầu. Sáng ông trở dậy thấy bà còn nằm yên, tưởng bà mệt, ông để cho bà ngủ, ra vườn dẫy cỏ. Đến trưa vẫn không nghe tiếng bà, ông ngưng tay nghe ngóng. Chợt như ông linh tính điều gì. Vứt cuốc, ông chạy như bay vào nhà, tuôn vào phòng ngủ... Ông lay gọi, kêu gào, bà vẫn bất động, người lạnh như băng. Khi đó ông mới biết rằng bà đã chết, từ hôm qua, trong giấc ngủ.

(Văn Học Nghệ Thuật (nguyệt san), số 2, 06/1985, California, USA., tr. 170-171.)

CHÚ THÍCH

Tang thương: *Tang: dâu. Thương: biển lớn. Do câu "thương hải biến vi tang điền": biển lớn biến thành ruộng dâu.*
- Dâu biển.
Nghĩa bóng: Việc đời thay đổi, đổi thay không chừng, nên đó rồi hư đó, giàu đó rồi nghèo đó, không có chi bền vững lâu dài cả.

Ruồng: *xông vào lùm bụi để tìm bắt.*

Phong bì: *Phong: đậy kín; đóng lại. Bì: da; vật bao bên ngoài.*

	- *Bao đựng thư hay giấy tờ.*
Dự bị:	Dự: lo liệu từ trước. Bị: hoàn toàn, đầy đủ.
	- *Lo liệu sẵn sàng, đầy đủ.*
Linh tính:	Linh: thiêng liêng, tinh anh, sáng suốt. Tính: tư chất trời phú cho người; ý tự nhiên của con người.
	- *Tư chất thông minh cảm biết trước việc sẽ đến.*

MAI THẢO

Tên thật Nguyễn Đăng Quý
Sinh ngày 08/06/1927 tại Nam Định, Bắc Việt.
Mất ngày 10/01/1998 tại Orange County, California.

GÁC BÚT

Vượt qua cây cầu Calmette soi bóng trên một con kinh tù đọng, con kinh chạy dọc theo vùng ngoại vi tràn lan náo nhiệt nhất của Sài Gòn là khu Chương Dương, Ông Lãnh, chiếc xe đạp lọc cọc chở tôi đi trên một mặt nhựa lồi lõm, đụng tới tòa nhà xám bẩn của hãng làm phân bón thì rẽ trái và lăn vào một con đường trải đá xanh.

Con đường thoạt đầu nhỏ hẹp vào tới sâu phình rộng dần dần và mở thành một vùng ngoại ô tràn lan náo nhiệt khác là vùng Khánh Hội. Tại đây bai bên hàng quán, chợ búa chen chúc ngổn ngang không hàng lối, sáng chiều là bụi cát rác rưởi đủ loại dấy bốc mù mịt do chân trần những bầy trẻ nhỏ đen đúa nhếch nhác chạy nhẩy la thét hất tung lên. Cuối đáy con đường là phường Cây Bàng. Nó đứng chắn ngang với những rào cây um tùm như một biên giới tươi xanh ngăn chia chợ búa thị tứ ồn ào trước mặt với phía sau, cũng chỉ là những xóm ngõ bình dân lao động, nhưng một ngày đã trở thành tao nhã, tao nhã từ vết nắng sớm đến nét trăng chiều, từ ngọn cỏ bờ đến cụm hoa đồng, vì còn là một địa chỉ lẫy lừng của văn chương, nơi một mái lầu thi ca lừng lẫy.

Chiếc xe chở tôi rẽ phải trên một con đường nhỏ, yên tĩnh, rẽ trái vào một con đường nhỏ yên tĩnh nữa, rồi tới một đầu ngõ khuất khúc. Tôi xuống xe, dắt bộ tới cuối ngõ, tới trước một căn nhà gỗ hai tầng. Đẩy một cánh cổng khép hờ đi vào, tôi đã tới Gác Bút của Vũ Hoàng Chương.

Thi sĩ mới dọn về đây ít lâu sau biến cố tháng Tư 1975, cái tiểu gia đình gươm đàn nửa gánh gồm có thi sĩ, người bạn trăm năm của ông là nữ sĩ Đinh Kiều Oanh và đứa con trai nuôi là Vũ Hoàng Tuân, ông đặt tên cho con bằng lấy tên Tuân của Nguyễn Tuân, nhà văn viết tùy bút rất hay và là bạn thân của thời kỳ tiền chiến.

Địa chỉ mới của Vũ Hoàng Chương nguyên là chỗ ở của gia đình thi sĩ Đinh Hùng, em vợ ông ngày trước. Chỗ ở này sinh thời, Đinh Hùng, tự xưng là Đinh Công Tử, nghịch ngợm đặt tên là Động Hoa Lư, trong cái ý nhà vua xưa Đinh Bộ Lĩnh dấy nghiệp ở động Hoa Lư thì Đinh Hùng đời sau cũng có một động Hoa Lư ở phường Cây Bàng như thế. Đinh Hùng mất, vợ con vẫn ở, tên Hoa Lư vẫn còn. Nhưng từ Vũ Hoàng Chương dọn về ở chung, Hoa Lư còn có thêm một tên mới. Đó là Gác Bút.

Hỏi tại sao không dùng lại tên Gác Mây của căn lầu trên vùng Phú Nhuận vừa rời bỏ, thi sĩ cười, hóm hỉnh: "Đổi đời, giờ là Gác Bút mới đúng. Vì Hà Nội nó bắt ta gác hết bút lên rồi, đâu còn cho viết nữa".

Tôi đến thăm Gác Bút thường ngày như vậy và thường vào buổi chiều. Thường, vì muốn, vì cầu, với tôi. Hai mươi năm sinh hoạt thơ văn của miền Nam, được ông nhận cho kết giao, rồi thân thiết mày tao và được ông xem như một tấm lòng tri kỷ, dù tuổi tôi thua tuổi ông đúng một Giáp mười hai năm, tôi đã đến thăm mọi chỗ ở của thi sĩ rất nhiều lần.

(Chân Dung Mười Lăm Nhà Văn Nhà Thơ Việt Nam, Văn Khoa, California, USA., 1985, tr. 13-14.)

CHÚ THÍCH

Chương Dương: *bến sông ở huyện Thượng Phúc, phủ Thường Tín, tỉnh Hà Đông, Bắc Việt, nơi thượng tướng quân Trần Quang Khải đời Trần Nhân Tông (1279-1293) đã đại thắng quân Nguyên.*

Ông Lãnh: *tên cây cầu bắc ngang rạch Bến Nghé nối vùng Vĩnh Hội với thành phố Sài Gòn, cũng là tên khu đất nằm dọc theo rạch ấy phía Sài Gòn, thuộc quận 2 đô thành.*

Lao động: *Lao: mệt nhọc. Động: chuyển biến, trái với tĩnh.*
- Làm việc nặng nhọc.

Tao nhã: *Tao: khuấy (quấy) rối; buồn rầu. Nghĩa rộng: thanh bai, đẹp đẽ (như khúc Ly Tao của Khuất Nguyên). Nhã: thanh cao.*
- Lịch sự, nhẹ nhàng, thanh cao.

Lẫy lừng (lừng lẫy): *Lừng: bốc lên, nổi lên, vang xa.*
- Tiếng tăm vang dậy khắp nơi.

Công tử: *Công: ông (lời gọi một cách trịnh trọng); chung. Tử: con.*

- Con trai vua chư hầu xưa; con trai các quan; con trai nhà giàu, tiêu xài phung phí: công tử Bạc Liêu.

Đinh Bộ Lĩnh: *người động Hoa Lư, huyện Gia Viễn, tỉnh Ninh Bình, Bắc Việt, con của Đinh Công Trứ, làm thứ sử Hoan Châu đời Ngô Vương Quyền. Đinh Bộ Lĩnh có công dẹp yên 11 sứ quân, được tôn làm Vạn Thắng Vương, lên ngôi hoàng đế năm 968 (Mậu Thìn), xưng Đinh Tiên Hoàng Đế, đặt tên nước là Đại Cồ Việt, bị Đỗ Thích giết năm 979 (Kỷ Mão).*

Tri kỷ: *Tri: biết. Kỷ: mình.*

- Biết rõ tâm tính mình.

Vũ Hoàng Chương: *sinh ngày 05/05/1916 tại Nam Định, Hà Nội, Bắc Việt. Mất ngày 06/09/1976 sau khi ra khỏi nhà tù của Việt cộng được vài ngày. Ông là tác giả của những thi tập:*

- Thơ Say, Công Lực xuất bản, Hà Nội, Việt Nam, 1940.

- Mây, Đời Nay xuất bản, Hà Nội, Việt Nam, 1943.

- Rừng Phong, Phạm Văn Tươi xuất bản, Sài Gòn, Việt Nam, 1954 v.v...

NGUYỄN Ý THUẦN
Tên thật Nguyễn Quốc Hợp
Sinh ngày 19/05/1953 tại Hà Nội, Bắc Việt.

CÔ ĐƠN

Bằng những bước chân ngắn, Tường xuống cầu. Tiếng dép lê trên đường vang lên những tiếng "lép nhép" đục và buồn tẻ trong sự yên ắng của đêm. Tường nghe rõ ràng sự khác biệt từ lúc mũi chân đặt xuống đường bắt đầu âm thanh cho đến lúc nhấc gót lên để chấm dứt âm thanh. Dư âm kéo dài từ bước này nối liền sang bước kia. Đôi dép nhật dưới chân như sống dậy. Mỗi bước là một nhịp thở khác biệt. Dài, ngắn không đều như nhịp thở con người. *Nhanh chậm cũng thế thôi, mỗi phút như một ngăn của cuộc đời.* Tường chợt nhớ câu thơ của ai đó, đã đăng trong một tạp chí văn chương hải ngoại. Có phải tác giả đã viết về nhịp thở của đôi dép không? Và có đúng là nhịp thở của đêm. Như Tường, đôi dép của Tường trong đêm nay. Nếu thế, đâu phải mình anh cô đơn.

Cô đơn? Tường khựng lại khi hai tiếng này hiện trong trí. Cô đơn hay không cô đơn đây? Anh nhìn quanh, những căn nhà đã chìm trong giấc ngủ. Ở đó có hạnh phúc, có sự đầm ấm của những con người đang sống. Nếu không bằng một gia đình thì những con người này cũng có nơi để về. Còn Tường, Tường sẽ về đâu? Không một nơi nào để anh trở về. Đã lâu lắm tiếng về mất dấu trong anh. Đến và đi trong suốt thời gian tại Mỹ. Chưa bao giờ Tường thắc mắc về những điều này cả. Nhưng đêm nay, tại con đường này anh chợt có.

Về đâu chứ? Tòa soạn tờ báo với tấm đệm rách nát đâu phải là nhà của anh. Đó chỉ là nơi ngưng lại sau thời gian làm việc. Để ngủ, để ăn, để nhậu. Khung cảnh hiu quạnh với các bóng đèn néon trắng đục. Vài cái bàn bừa bãi sách, báo, giấy, bút. Hai cái máy computer, một cái máy typesetting nhô đầu lên trên ba cái bàn. Như ba cái đầu người không óc. Tiếng "e e" của chiếc máy in pha với tiếng nhạc trong đêm như tiếng con nít khóc trộn tiếng ru. Chấm hết! Chỉ máy và máy *sống* quanh anh. Không một con người để gần gũi. Không một hơi thở để làm ấm không khí. Vậy đó! Tường đã sống một thời gian dài tại khung cảnh như vậy. Ra, vào, nghêu ngao hát, ngâm thơ giữa máy móc. *Bài thơ này hay chứ hỡi máy typesetting? Câu hát này tình tứ phải không máy computer? Bức tranh này đẹp quá, đúng không máy photo copy?* Đã bao lần Tường đối diện những cái máy, lẩm nhẩm nói chuyện để cố gắng tìm lại chính mình. Rồi sợ hãi khi tỉnh giấc lúc nửa đêm. Lại ngắm nghía, rờ mó từng cái máy. Và tưởng tượng đến người chung quanh trong phút đó, để hiểu nơi chốn này không phải là điểm mình định đến.

Bỏ một nơi để đi là tìm một nơi để đến. Tường đã mất tất cả để đến nơi này hay sao? Một thế giới của máy và cô đơn. *Nếu đây không phải là nơi mình tìm kiếm thì đây là nơi duy nhất mình tìm được.* Tường tự an ủi như thế, nhưng vẫn có một điều gì đó bất ổn dấy lên trong lòng. Anh không thể tự mình đeo mặt nạ để đánh lừa chính mình như đã lẩn tránh mọi người chung quanh. Đêm nay, điều đó lại về...

(Sợi Chỉ Trong Hồn, Thời Văn, California, USA., 1990, tr. 106-107.)

CHÚ THÍCH

Tạp chí:	*Tạp: nhiều thứ lẫn lộn. Chí: ghi chép (các loại văn về sử, truyện, ký đều gọi là chí).* *- Ấn phẩm xuất bản có định kỳ, gồm nhiều bài do nhiều tác giả viết.*
Cô đơn:	*Cô: lẻ loi. Đơn: một mình.* *- Người lẻ loi, một mình.* *Nghĩa rộng: sống không bạn bè, thân thích.*
Hạnh phúc:	*Hạnh: may mắn. Phúc: những gì tốt đẹp.* *- Những gì may mắn, tốt đẹp.*
Thế giới:	*Thế: đời. Giới: đất đai nằm trong một khu vực.* *- Hoàn cầu; tiếng gọi chung các nước trên mặt đất.* *Nghĩa hẹp: xã hội; giới; nhóm người riêng biệt (thế giới người mù).*

TRỊNH Y THƯ
Tên thật Trịnh Ngọc Minh
Sinh năm 1952 tại Hà Nội, Bắc Việt.

BỐN MÙA

Anh đến thăm cô lần thứ nhất vào một buổi tối mùa Đông trời dày đặc sương mù. Cô mở cửa, nhìn anh hơi sững sờ trong vài giây. Ánh sáng yếu ớt của ngọn đèn cửa không đủ sức đẩy rạt màn sương đêm, lờ mờ phả xuống thành một vũng sáng nhập nhòa trước mặt hai người. Cô bảo sạo anh không gọi trước. Anh nói anh không thích gọi trước và nếu cô không có nhà, anh lại cuốc bộ thêm một quãng đường nữa trước khi về ngủ. Cô bảo chắc anh lại có chuyện cơm không lành canh không ngọt gì đó với vợ rồi phải không, hay anh dở chứng rắc rối tìm chuyện bi lụy vô cớ nữa đây. Anh nhìn cô không nói gì, hai mắt như bi thôi miên bởi khuôn mặt diễm ảo mơ màng như trời sương buốt giá ngoài kia.

Cô bảo anh vào nhà cô pha cà phê uống cho ấm bụng. Anh ngoan ngoãn để cô nắm tay kéo vào. Ngọn đèn trên chiếc bàn viết ở góc phòng tỏa một thứ ánh sáng tù mù buồn ngủ. Cô để anh ngồi ở phòng ngoài rồi xuống bếp lúi cúi mở bếp điện nấu nước. Anh ngồi im lặng quan sát gian phòng. Một kệ sách lớn choán gần bết bức tường trước mặt, ngăn phòng ngoài và nhà bếp. Một chiếc dương cầm cũ trông ra cửa sổ. Chiếc ghế dài anh đang ngồi hình như cũng là giường ngủ vì nó rộng hơn sô-pha bình thường một chút, trên đó chăn gối lẫn lộn với hai ba con gấu nhồi bông. Nhà không có phòng ngủ. Ngoài chiếc dương cầm, đồ đạc đáng giá trong nhà không còn thứ gì khác. Không TV, không máy hát. Thế giới của cô hình như chỉ có sách vở và âm nhạc. Anh nghĩ thầm như vậy.

(Hai Mươi năm Văn Học Việt Nam Hải Ngoại 1975-1995, Đại Nam, California, USA., 1995, tr. 1171.)

CHÚ THÍCH

Cuốc bộ: *đi bộ.*
Thôi miên: *Thôi: hối thúc. Miên: ngủ.*
    - Ru ngủ.
    Nghĩa bóng: dụ dỗ, rù quến làm cho người ta say đắm, đam mê.
Diễm ảo: *Diễm: đẹp. Ảo: không thật.*
    - Vẻ đẹp huyền hoặc.
Quan sát: *Quan: xem. Sát: xét.*
    - Xem xét.

BÙI BẢO TRÚC
Bút hiệu Ngụy Trúc, Ký Giả Bê Tê...
Sinh năm 1944 tại Thái Bình, Bắc Việt.

HỒ THÀNH VIỆT

Có thể nhiều người không biết Hồ Thành Việt là ai. Nhưng với những người viết tiếng Việt trên các máy điện toán, thì Hồ Thành Việt là một người tất cả phải chịu ơn.

Ông sẽ được nhớ đến mãi mãi.

Mỗi lần bật máy lên, ngồi xuống viết, đánh những cái dấu sắc, huyền, hỏi, ngã, nặng, những chữ ơ, ă, â, ô, đ... để những dòng chữ sắc và đẹp, chữ Việt của Bá-Đa-Lộc và các ông cố đạo Bồ Đào Nha dựa trên mẫu tự La Tinh chế cho chúng ta hệ thống văn tự được rõ ràng, dễ đọc, là người ta lại nhớ Hồ Thành Việt. Nhớ và biết ơn người đẻ ra bộ chữ Việt dùng cho các máy điện toán.

Tôi là người có chữ viết xấu vô cùng. Thực ra không hẳn là xấu, nhưng viết ẩu đến độ chính mình đọc lại cũng không nổi. Bởi thế nên từ 40 năm nay, tôi không còn viết tay nữa, ngoại trừ những khi đứng trên bục giảng trong lớp.

Những bài báo viết cho tờ Sống, Chính Luận ở Sài Gòn đều từ cái máy chữ Brother xách tay ông cụ mua cho. Rồi ở Bắc Mỹ, là từ hai chiếc máy điện Smith Corona 2200. Khi bộ chữ của chiếc máy thứ hai bị tét, chữ nhòe nhoẹt, định đi kiếm mua cái thứ ba, thì Smith Corona không còn sản xuất loại máy đó nữa để chuyển sang các máy word processor. Các máy IBM bắt đầu thay thế hẳn máy chữ.

Người đi ngược dòng tiến hóa của nhân loại hốt hoảng: làm sao sống được nếu không có máy đánh chữ Việt?

Những chương trình đầu tiên để viết chữ Việt trong thập niên 1980 còn rất phức tạp và khó dùng, cách bỏ dấu hoàn toàn khác với lối bỏ dấu của máy chữ trước đó, từ vị trí các dấu trên bàn chữ đến lối đánh dấu sau khi đánh chữ đều không giúp gì cho đôi bàn tay đã "mất nết đi rồi" suốt hai chục năm đánh bằng kiểu mổ cò với hai ngón trỏ...

Đang tuyệt vọng, thì nghe được những việc làm của ông Việt. Chuyến đi California năm 1996 và cuộc gặp gỡ Hồ Thành Việt, với một chương trình VNI mà ông nạp tặng vào máy đã cứu sống một... ngòi bút.

Bây giờ không ai nói "giới cầm bút" nữa.

Phải gọi là giới gõ VNI mới đúng.

Hồ Thành Việt có thể đã được trông thấy thành quả cuộc cách mạng mà ông đem đến cho giới làm báo, và cho những người viết tiếng Việt từ mười mấy năm trở lại đây.

Ông sẽ được nhớ đến mãi, ít ra là cũng ở gần chỗ của các ông cố đạo Bồ Đào Nha.

Ông giúp người viết, và người đọc chữ Việt có được phương tiện để viết và đọc.

Xin gửi ông mấy dòng này để tưởng nhớ người vừa ra đi nhưng đã để lại một di sản lớn vô cùng.

(Việt Tide, số 113, 12/09/2003 – 18/09/2003, California, USA., tr. 8.)

CHÚ THÍCH

Hồ Thành Việt (1955-28/08/2003): *người sáng chế ra bộ chữ Việt VNI (Vietnam International), làm thay đổi lớn lao đến cách trình bày sách báo Việt ngữ ở hải ngoại.*

Bá Đa Lộc (Pigneau de Behaine (1741-1799): *người Pháp, sinh ở Origny en Tiérache, được phái sang Việt Nam, sung vào Giáo Đoàn Đàng Trong. Năm 1767, đến Hà Tiên, được cử làm quản đốc trường thầy dòng Hòn Đất. Năm 1799, ông theo chúa Nguyễn đánh thành Quy Nhơn và mất ở đó. Ông cũng là người tiếp nối công trình của Alexandre de Rhodes (1591-1661) trong việc tạo dựng và phát triển chữ quốc ngữ.*

Tiến hóa: *Tiến (hoặc tấn): bước tới trước. Hóa: thay đổi; chết.*

- Bỏ cái cũ để lấy cái mới cao hơn, hay hơn, tốt hơn.

Chương trình: *Chương: văn tự làm xong từng đoạn. Trình: kỳ hạn.*

- Bản sắp đặt những công việc phải làm cho có thứ tự.

Thành quả: *Thành: nên; việc làm có kết quả. Quả: kết quả.*

- Đem lại kết quả.

Di sản: *Di: để lại. Sản: của cải.*

- Của cải giá trị của người chết, của đời trước để lại.

IBM: *Thuật ngữ viết tắt của International Business Machine.*

THẾ UYÊN

Tên thật Nguyễn Kim Dũng
Sinh năm 1935 tại Hà Nội, Bắc Việt.

SỰ HÌNH THÀNH

NHỮNG CỘNG ĐỒNG HẢI NGOẠI

Trước khi chính quyền miền Nam Việt Nam sụp đổ năm 1975, trên khắp thế giới chỉ có một cộng đồng Việt Nam khoảng mười ngàn người ở Pháp. Chỉ vài tháng sau tháng Tư 1975, do sự giúp đỡ của Hải quân Hoa Kỳ, 150,000 người đã rời Việt Nam đi tỵ nạn tại Tây phương, một phần tới Canada, tới Úc và Pháp, đa số tới Hoa Kỳ.

Ba năm sau dân miền Nam ào ạt dùng thuyền đi tỵ nạn khắp thế giới vì cả lý do chính trị lẫn kinh tế. Về chính trị, đảng Cộng Sản Việt Nam cương quyết đấu tranh giai cấp theo kiểu Mác Staline và Mác Mao nên đã bắt toàn thể sĩ quan quân lực miền Nam cũ, các cảnh sát viên, công chức từ trung cấp trở lên, kể cả các thẩm phán, dân biểu lẫn nhà văn nhà báo nhà xuất bản, đưa lên nhốt trong các trại tập trung trên rừng núi. Những người này sau khi được tha về (án nhẹ nhất là hai năm rưỡi, án nặng nhất chưa biết là bao nhiêu vì còn khá nhiều người tới nay vẫn chưa được tha), dù được trả quyền công dân sau đó một năm, cũng vẫn bị kỳ thị về phương diện chính trị. Thí dụ như không cho làm công nhân viên, không cho con cái được vào Đại học...

Về kinh tế, việc quốc hữu hóa toàn thể xí nghiệp lớn nhỏ kể cả tiệm ăn ở thành thị, quốc hữu hóa toàn thể ruộng đất ở nông thôn, tàu thuyền đánh cá ở duyên hải... đã đưa người dân đến đường cùng về phương diện kinh tế. Đa số không còn đủ khẩu phần gạo tối thiểu hằng ngày. Đã thế còn bị cưỡng bách lên khai hoang những vùng rừng núi xa xôi.

Bởi cả những lý do chính trị và kinh tế trình bầy như trên, dân Việt miền Nam (đến thập niên 80 thì cả dân miền Bắc) ào ạt vượt biên ty nạn, đa số dùng thuyền nên được gọi là boat people. Họ ra đi đều đặn, năm nào cũng đi, không những dùng thuyền mà còn đi máy bay theo diện đoàn tụ gia đình, làm con số dân Việt Nam ở hải ngoại hiện nay tăng vọt lên tới khoảng hơn hai triệu, trong đó có hơn một triệu lập nghiệp tại Hoa Kỳ và Canada. Kể từ đầu thập niên 90, chính quyền Mỹ và Việt cho phép những cựu sĩ quan và công chức các cấp của miền Nam đã bị nhốt nhiều năm trong trại tập trung trước đây, các cựu nhân viên làm cho các cơ quan của Mỹ ở miền Nam trước 1975, các trẻ lai Mỹ cùng thân nhân... đến lập nghiệp ở Hoa Kỳ.

Những di dân ty nạn này, dù đi trước hay đi sau, bằng thuyền hay máy bay, đều chọn lập nghiệp trong các thành phố, kể cả những người trước đây là nông dân. Chỉ có một vài nhóm nhỏ gốc chài lưới là lập nghiệp ở vùng ven biển để tiếp tục nghề cũ mà thôi.

(Những Người Mỹ Chung Quanh Chúng Ta, Xuân Thu, California, USA., 1998, tr. 157-158.)

CHÚ THÍCH

Đấu tranh: *Đấu: đánh nhau. Tranh: giành nhau.*
Đem tài hay sức để tranh giành một việc gì.

Giai cấp: *Giai: thềm. Cấp: cấp bậc.*
- Bậc thềm.
Nghĩa rộng: Một số đông người địa vị tương ứng với nhau trong xã hội (giai cấp tư sản, giai cấp vô sản v.v...)

Mác: *Karl Marx (1818-1883), người Đức, ông là kinh tế gia, triết gia và là người theo chủ nghĩa xã hội.*

Staline (1879-1953): *tổng bí thư đảng Cộng Sản Nga từ 1922-1953.*

Mao: *Mao Trạch Đông (1883-1976), chủ tịch đảng Cộng Sản Trung Quốc từ 1943-1976.*

Công chức: *Công: chung, chỉ thuộc về nhà nước. Chức: người giữ một nhiệm vụ gì.*
- Người làm việc với nhà nước.

Công nhân: *Công: thợ. Nhân: người.*
- Người thợ.

Quốc hữu hóa: *làm thành sở hữu của quốc gia.*

Cưỡng bách: *Cưỡng: gượng. Bách: bức ép.*
- Ép làm một việc gì trái với ý muốn.

Lập nghiệp: *Lập: gầy dựng. Nghiệp: cơ nghiệp.*
- Gầy dựng cơ nghiệp.

NGÔ THẾ VINH

Sinh năm 1941 tại Thanh Hóa, Bắc Việt.

NHỮNG CÂY CẦU KHỈ

Những Cây Cầu Khỉ - Monkey Bridges. Đồng Bằng Sông Cửu Long - *Mekong Delta* là nơi có chằng chịt sông rạch với những cây *cầu khỉ*. Có thể nói *cầu khỉ* có một lịch sử rất sớm từ những bước chân Nam Tiến cách đây ngót ba thế kỷ, khi đám lưu dân *Hai Huyện* theo chân quan Chưởng cơ Nguyễn Hữu Cảnh vào Nam khai phá- *đi vạch một chân trời*, nói theo *nhà văn miệt vườn Sơn Nam.*

Họ đặt chân tới một vùng châu thổ sình lầy, ngập nước hoang vu *trên trời muỗi như sáo thổi dưới nước đỉa lềnh như bánh canh*, ngày chim kêu đêm vượn hú với trên bờ cọp beo rắn độc, dưới rạch thì cả bầy cá sấu đói ăn rình chờ.

Lùa được cọp beo thì vẫn còn bầy sấu đông vô số kể. Muốn thoát hiểm qua rạch chỉ có cách bám cây mà đu như khỉ chuyền cành, gặp con kinh rộng thì phải tìm cách cấm cọc gác cây chênh vênh mà leo qua. Đây là thời điểm của nghịch cảnh để cây *câu khỉ* đầu tiên xuất hiện.

Từ vượn tới người *homo sapiens* theo Thuyết Tiến Hóa thì phải cần tới ba triệu năm và những người lưu dân ấy khi gặp lại môi trường nguyên thủy thì vẫn còn nguyên vẹn cái bản năng leo trèo để sinh tồn.

Chỉ với vài thân tràm, năm ba khúc gáo bần cấm sâu vào lòng con rạch, rồi gác thêm lên đó những cây tre cây bần được cột lại bằng những khúc dây mây dây choại để trở thành *cầu khỉ* cho người dân nghèo Đồng Bằng Sông Cửu Long đêm ngày qua lại. Chỉ bằng thân gỗ tạp với lạt buộc mà phải dãi nắng dầm mưa thì những cây cầu khỉ ấy làm sao có tuổi thọ.

Trải qua bao nhiêu thế hệ, cấu trúc cây cầu khỉ vẫn đơn sơ như vậy, luôn luôn ở những nơi sông rạch bùn lầy bên những người dân quê lam lũ, để xóm nối xóm, nối những căn nhà khuất nẻo xơ rơ mất hút trong những lùm cây um tùm. *Nơi có những tiếng hò tình tự của gái trai trong mùa gặt, có câu ca vọng cổ mùi mẫn vẳng lại từ ngoài đồng.*

Cảnh thì nghèo đến não lòng mà sao vẫn đầy thơ mộng qua ngòi bút trữ tình của nhà văn Lương Thư Trung.

Thơ mộng hóa cảnh nghèo để sống lạc quan phải chăng cũng là một phản ứng *phủ nhận - denial* hay *chấp nhận qua biện minh - rationalization.*

Thương thay cầu khỉ một mình
Cầu tre lắt lẻo gập ghình khó đi

Chẳng còn bao lâu nữa là đã bước sang thiên niên kỷ thứ ba, Đồng Bằng Sông Cửu Long thì vẫn còn cả ngàn cây cầu khỉ và vẫn còn là phương tiện duy nhất cho đám *hậu duệ thế hệ Nam Tiến* 300 năm sau phải bám vào để băng qua những con kinh con rạch, để tới trường học thì ít mà để sớm vào trường đời kiếm sống... Chuyện trẻ sẩy chân té xuống rạch và bị dòng nước cuốn phăng đi trong mùa mưa lũ vẫn là điều quá thường – đâu có được kể là tin để đăng báo.

(Cửu Long Cạn Dòng Biển Đông Dậy Sóng, Văn Nghệ, California, USA., 2001, tr. 480-481.)

CHÚ THÍCH

Lưu dân: *Lưu: di động. Dân: người dân.*
- Những người dân bỏ làng xóm ra đi vì nghèo khó.

Nguyễn Hữu Cảnh (còn gọi là Nguyễn Hữu Kính): *người làng Gia Miêu, huyện Tống Sơn, tỉnh Thanh Hóa. Năm 1693 (Quý Dậu), Hữu Kính đem quân đi chinh phạt Chiêm Thành, b ắt được vua Bà Tranh, chiếm đất Chiêm Thành cho chúa Nguyễn. Năm 1698 (Mậu Dần) được cử làm Kinh Lược xứ Chân Lạp, Nguyễn Hữu Kính gia công khai thác đất Đông Phố (hiện nay là Sài Gòn), lập phủ Gia Định. Nhờ lập được nhiều công trận, khi mất, Hữu Kính được phong chức Chưởng Cơ, Lễ Tài Hầu.*

Châu thổ: *Châu: bãi giữa sông. Thổ: đất.*
- Những vùng đất bồi ở giữa hay hai bên bờ sông.

Thoát hiểm: *Thoát: ra khỏi. Hiểm: nguy hiểm.*
- Ra khỏi nơi nguy hiểm.

Thế hệ: *Thế: đời. Hệ: ràng buộc.*
- Trong một thời đại có những mối liên lạc ràng buộc với nhau.
Nghĩa rộng: Lớp người cùng sống chung một thời.

Vọng cổ hoài lang: *tưởng đến việc cũ mà nhớ chồng, tên một bản đờn cổ điển nổi tiếng, phát xuất từ miền Nam Việt Nam.*

Não lòng: *Não: buồn phiền.*
- Buồn phiền trong lòng.

Hậu duệ: *Hậu: sau. Duệ: con cháu các đời sau.*
- Con cháu đời sau.

TRẦN PHONG VŨ

Tên thật Trần Ngọc Vân
Sinh ngày 15/03/1932 tại Thái Bình, Bắc Việt.

MUÔN ĐỜI BÀ MẸ VIỆT NAM

Gia đình. Âm hưởng tuyệt vời của hai tiếng ấy có tác dụng khơi gợi trong lòng ta những cảm nghĩ đầy yêu thương, trìu mến. Nó là nơi ta cất tiếng khóc đầu tiên đón nhận cuộc đời. Chính từ nơi ấy ta được vỗ về, nâng niu và lớn lên trong tình yêu thương chất ngất của mẹ của cha, của anh của chị.

Khi nói tới gia đình là người ta nghĩ ngay tới vai trò những người vợ, những người mẹ, những bóng dáng yêu kiều, những bàn tay hiền dịu đã làm nên nguồn hạnh phúc vô biên. Chính vì thế, hình ảnh gia đình hay nói rõ hơn là hình ảnh những bậc mẹ hiền, những người vợ thảo đã được đưa vào thi văn Việt Nam như những nét tiêu biểu sáng ngời của nền văn minh Việt tộc. Nó là một trong những đặc tính giúp người ta thấy được những dị biệt căn bản của hai xã hội Đông Tây.

Bỏ nước ra đi là một chấp nhận, một chọn lựa nát lòng. Chúng ta không chỉ đánh mất quê hương, bỏ lại gia tài sản nghiệp, giã từ bà con, bằng hữu và những kỷ niệm êm đềm thơ mộng nơi chốn cũ quê xưa, mà còn phải cắn răng rời xa bếp lửa gia đình yên ấm, nơi chúng ta đã sống những ngày thơ ấu bên mẹ, bên cha và những người ruột thịt. Nhưng, trong ý hướng vươn tới, trong ước vọng mơ một ngày về dựng lại mái nhà xưa, mỗi người chúng ta đã nhìn thấy cái thế chẳng-đặng-đừng phải gạt nước mắt ra đi mong dập tắt đi những cảnh tượng đau thương đổ nát đang diễn ra tại quê nhà kể từ sau biến cố tháng Tư 75.

Và như thế, hình ảnh người Mẹ, vai trò người Mẹ hơn bao giờ cần phải được khơi dậy trong tim trong óc mỗi người Việt Nam xa xứ.

Từ ngàn xưa, hình ảnh người đàn bà Việt Nam đã gắn liền với những đức tính nhu mì, hiền lành, thuận thảo, dịu dàng, đoan trang, hy sinh, thuần hậu, đảm đang, nhẫn nại... Tất cả những đức tính ấy đã tổng hợp nên giá trị và cái Đẹp Tinh Thần nơi người phụ nữ Việt Nam để biến thành một thần tượng, một đề tài bất tuyệt cho các giới Văn, Thi, Nhạc và Họa sĩ.

Trong văn chương bình dân cũng như trong kho tàng chuyện cổ, người xưa cũng đã hết lời ca ngợi nữ giới Việt Nam. Một Thị Kính vì thương chồng, yêu chồng mà phải âm thầm ôm mối oan khiên cho tới ngày nhắm mắt. Một thiếu phụ Nam Xương đã dám chấp nhận cái chết bằng cách tự trầm để cảnh tỉnh người chồng lỗ mãng, đa nghi... Và biết bao nhiêu người mẹ hiền vợ đảm khác biết quên mình cho hạnh phúc chồng con... Tất cả, tất cả những tấm gương cao đẹp ấy đã hơn một lần làm xúc động tâm tình những người ngoại quốc có dịp nhìn vào chiều sâu của nền văn minh Việt tộc.

(Quê Hương Còn Đó, Bách Việt, California, USA., 1984, tr. 97-99.)

CHÚ THÍCH

Gia đình: *Gia: nhà. Đình: sân.*
- Một nhà gồm tất cả ông bà, cha mẹ, con cháu cùng huyết thống.
Nghĩa hẹp: vợ chồng.

Âm hưởng: *Âm: tiếng. Hưởng: tiếng dội lại.*
- Tiếng và tiếng dội.

Tiêu biểu: *Tiêu: nêu lên. Biểu: tỏ rõ ra ngoài.*
- Đặc tính riêng nổi bật nhất ra ngoài.

Văn minh: *Văn: văn vẻ. Minh: sáng sủa.*
- Ánh sáng của văn hóa, tức cách ăn ở, xử sự của loài người nhờ học thức sâu rộng mà tiến tới chỗ cao đẹp.

Gia tài: *Gia: nhà. Tài: của cải.*
- Của cải trong nhà.

Bằng hữu: *Bằng: bạn bè. Hữu: anh em.*
- Bạn thân, anh em kết nghĩa với nhau.

Đoan trang: *Đoan: ngay ngắn. Trang: dung mạo nghiêm chỉnh.*
- Tính tình hoặc nét mặt, cử chỉ ngay thẳng, không lả lơi, sỗ sàng.

Nữ giới: *Nữ: con gái. Giới: phần đất riêng; phân cách; hạn.*
Nghĩa rộng: cõi riêng, riêng biệt ra một cõi.
- Nói chung về đàn bà con gái.

Nỗi oan Thị Kính: *sự oan ức tràn trề không tỏ ra được. Điển tích: Thị Kính thấy chồng nằm ngủ mà có sợi râu mọc ngược, bèn lấy kéo toan cắt đi. Chồng giật mình thức dậy bắt gặp, ngờ Thị Kính toan giết mình. Nội vụ vỡ lở, Thị Kính bị chồng để (bỏ). Buồn tình, Thị Kính giả trai, lên chùa tu. Nơi đây Thị Kính lại bị Thị Mầu* đổ oan vì không đáp lại tình yêu của Thị Mầu. Để trả thù, Thị Mầu tư thông với người khác, có con, giao cho Thị Kính nuôi. Nỗi oan vẫn không giải tỏ ra được, vì mọi người tin đó là con của Thị Kính. Thị Kính chịu nỗi oan cho đến lúc qua đời. Khi đó mọi người mới khám phá ra Thị Kính là gái giả trai.

Thiếu phụ Nam Xương: *Điển tích: Xưa, theo truyền thuyết, có chàng họ Trương, quê ở Nam Xương, gặp buổi nước nhà loạn lạc, phải đi lính thú phương xa. Trương để lại nhà người vợ, tên Võ Thị Thiệt, và đứa con thơ. Trương thị ở nhà, tần tảo nuôi con và chờ chồng. Đứa con lớn khôn dần theo năm tháng. Để tránh cho con tủi thân vì không có cha, so với trẻ hàng xóm. Đêm đêm, bên đèn, dạy con học, Trương thị chỉ vào bóng mình in trên vách và nói đó là cha nó. Mẹ, con vui đùa với bóng, nhờ đó đứa bé quên đi nỗi tủi thân.*

Rồi đất nước bình yên. Chàng họ Trương trở về, gặp lại vợ con. Trương mừng rỡ, toan bế con vào lòng. Đứa bé bỗng lùi lại, nói Trương không phải là cha nó, vì cha nó đến tối mới về.

Trương nghi vợ ngoại tình, nên mắng chửi thậm tệ. Trương thị bày giải, kêu oan. Chàng họ Trương vẫn mặc kệ. Thấy chồng không tin, Trương thị đành bỏ ra đi, và nhảy xuống sông tự tử.

Trương ở nhà với con. Buổi tối vừa lên đèn, nhìn thấy bóng Trương trên vách, đứa bé chợt reo vui: "Cha đã về!".

Trương cũng chợt tỉnh ngộ, thương vợ, và bế con đi tìm. Khi biết Trương thị không còn nữa, Trương khóc, và lập đàn giải oan bên mé sông, nơi Trương thị đã nhảy xuống hủy mình.

Dân trong làng thương xót tiết phụ chết oan, nên sau đó cũng lập miếu thờ.

Việt tộc: *Việt: Việt Nam. Tộc: họ hàng; giống người.*

- Dòng giống Việt Nam.

TÀI LIỆU THAM KHẢO
PHẦN CHÚ THÍCH

Huỳnh Tịnh Paulus Của, Đại Nam Quốc Âm Tự Vị, tác giả xuất bản, Sài Gòn, Việt Nam, 1895.

Thiều Chửu, Hán Việt Tự Điển, Đại Nam, California, USA.

Lê Văn Đức, Việt Nam Tự Điển, Khai Trí, Sài Gòn, 1970.

Phạm Văn Hải, Tiếng Kèm, Quỳnh Anh, Falls Church, Virginia, USA., 1998.

Đặng Trần Huân, Chữ Nghĩa Bề Bề, Văn Mới, California, USA., 2000.

Bửu Kế, Từ Điển Hán Việt Từ Nguyên, 1999.

Long Điền Nguyễn Văn Minh, Việt Ngữ Tinh Nghĩa Tự Điển, Xuân Thu, California, USA., 1989.

Thanh Nghị, Việt Nam Tân Tự Điển (minh họa), Khai Trí, Sài Gòn, Việt Nam, 1967.

Thanh Tùng, Văn Học Từ Điển, Xuân Thu, California, USA., 1990.

Trịnh Văn Thanh, Thành Ngữ Điển Tích Danh Nhân

Từ Điển, Xuân Thu, California, USA.

Lê Ngọc Trụ, Việt Ngữ Chánh Tả Tự Vị, Đại Nam, California, USA.

Hai Mươi Năm Văn Học Việt Nam Hải Ngoại (1975-1995), Đại Nam, California, USA., 1995.

Webster's Encyclopedic Unabridged Dictionary of the English Language, Thunder Bay Press, California, USA., 2001.

PHỤ LỤC

Phương pháp dạy chữ Việt không qua giai đoạn đánh vần

Biên soạn này viết xong năm 1986, đăng tải trên nguyệt san Đường Sống, số 5, tháng 12,1986, phát hành tại các trại tỵ nạn vùng Đông Nam Á. Sau đó, thuyết trình lần đầu tiên tại khóa Tu Nghiệp Giáo Chức tại San Jose, từ 27-29/11/1987.

Nay đăng lại, nhằm giúp các bạn trẻ đã biết tiếng Mỹ (American English) dễ dàng làm quen với hệ thống chữ Việt.

*

Một cách tổng quát có thể nói có hai phương pháp giảng dạy chữ Việt:

Phương pháp trực tiếp và phương pháp gián tiếp. Thông dụng nhất có lẽ là phương pháp gián tiếp vì thường được áp dụng trong các lớp dạy chữ Việt từ xưa đến nay. Phương pháp này gồm hai giai đoạn:

Giai đoạn 1: dạy nguyên âm, phụ âm và đánh vần

Giai đoạn 2: dạy tập đọc.

Chuyển từ giai đoạn đánh vần qua giai đoạn tập đọc thường phải mất một khoảng thời gian. Để tiết kiệm khoảng thời gian đó, chúng tôi thử đề nghị "phương pháp dạy chữ Việt không qua giai đoạn đánh vần", cũng có thể gọi là "phương pháp đọc trực tiếp chữ Việt".

Trước khi đi vào phần "phương pháp đọc", thiết tưởng cũng cần tìm hiểu qua sự thành lập, cấu trúc của vần, của chữ, các phương thức kết hợp, và các nguyên tắc giới hạn kết hợp trong hệ thống vần chữ Việt.

1. Sự thành lập chữ Việt

Chữ Việt được thành lập dựa trên ba hệ thống:

1.1 <u>HỆ THỐNG NGUYÊN ÂM (vowels)</u>: gồm 12 nguyên âm.

A	Ă	Â	E	Ê	I	Y	O
[a]	[ɑ]$_1$	[ʌ]	[ɛ]	[e]	[i]	[i]	[ɔ]

Ô	Ơ	U	Ư
[o]	[ə]	[u]	[ɯ]$_2$

Phiên âm theo hệ thống IPA (International Phonetic Alphabet) có khuyết điểm vì chỉ giúp phát âm gần đúng giọng của người Việt mà thôi, do đó có thể không cần thiết đối với người Việt.

Thí dụ: ong [ɔŋ]

oc [ɔk]

Tuy nhiên chúng tôi cũng ghi lại phần phiên âm IPA vì hai lý do:

1.11 Giúp các bạn đọc nhận ra những *biến âm* (của nguyên âm & phụ âm) trong hệ thống vần chữ Việt.

1.12 Giúp các học sinh VSL (Vietnamese As Second Language) chỉ biết tiếng Anh, Mỹ và biết qua hệ thống phiên âm IPA, có thể nhận ra mặt chữ Việt và đọc một cách dễ dàng.

1.2 <u>HỆ THỐNG PHỤ ÂM (consonants)</u>: gồm 27* phụ âm.

B	C	CH	D	Đ	G	GH	GI
[b]	[k]	[c]₃	[z]	[d]	[g]	[g]*	[ʒ]₄
H	K	KH	L	M	N	NG	NGH
[h]	[k]	[x]	[l]	[m]	[n]	[ŋ]	[ŋ]*
NH	P	PH	QU	R	S	T	TH
[ɲ]₅	[p]	[f]	[kw]	[r]₆	[ʃ]₇	[t]	[θ]
TR	V	X					
[tr]	[v]	[s]					

* Phụ âm G, GH đều phát âm là [g] và NG, NGH đều phát âm là [ŋ]. Do đó, các sách văn phạm (Việt Nam Văn Phạm của Trần Trọng Kim, Bùi Kỷ, Phạm Duy Khiêm) và các tự điển (Việt Pháp tự điển của Đào Văn Tập, Việt Anh từ điển của Nguyễn Văn Khôn) đều quan niệm có 25 phụ âm. Nhưng gần đây nhất, trong cuốn "Việt Nam Tự Điển", ông Lê Văn Đức đã sắp phụ âm G, GH và NG, NGH như những phụ âm riêng biệt. Cách sắp xếp này rõ ràng, có tính cách thực dụng, dễ tra cứu hơn. Vì vậy, chúng tôi <u>tạm thời</u> coi như chữ Việt có 27 phụ âm.

1.3 <u>HỆ THỐNG THANH</u> (tones)

1.31 Không dấu   (unmarked) (level tone) như: la, ma…

1.32 Sắc   (´)   như: lá, má…

1.33 Huyền   (`)   như: là, mà..

1.34 Hỏi   (ˀ)   như: lả, mả…

1.35 Ngã   (~)   như: lã, mã…
1.36 Nặng   (.)   như: lạ, mạ…

CHÚ GIẢI MỤC 1.1 & 1.2

Trong bài viết này, chúng tôi ghi theo ký hiệu phiên âm của Nguyễn Văn Khôn, vì bộ Việt Anh Từ Điển của ông đã được thông dụng từ lâu. Đồng thời, chúng tôi cũng ghi lại những tương đồng và dị biệt về cách phiên âm giọng đọc của các nhà ngôn ngữ Việt Nam để bạn đọc khỏi bỡ ngỡ. Sở dĩ có sự dị biệt này là vì ông Nguyễn Văn Khôn đã ký âm theo lối phát âm của người miền Nam Việt Nam, còn hai ông Lê Văn Lý và Nguyễn Đình Hòa đã ký âm theo lối phát âm của người miền Bắc Việt Nam.

* Riêng chữ Ă [α]: chúng tôi ghi theo ký hiệu phiên âm của ông Lê Văn Lý.

1. Ă [aɯ] (Non-English sound)
        Nguyễn Văn Khôn, Việt Anh từ điển, Sài Gòn: Khai Trí, 1966, trang 11.
        [α] Lê Văn Lý, Sơ Thảo Ngữ Pháp Việt Nam, Dân Chúa, Louisiana, trang 16.

2. Ư [ɯ] (Non-English sound)
        Nguyễn Văn Khôn, op. cit., trang 13.
        [ɯ] Lê Văn Lý, op. cit., trang 16.

3. CH [c] Nguyễn Đình Hòa, Speak Vietnamese, p. XX.
        [c] Nguyễn Văn Khôn, op. cit., trang 9.
        [c] Lê Văn Lý, op. cit., trang 16.

4. GI [ʒ] Nguyễn Văn Khôn, op. cit., trang 9.
        [z] Lê Văn Lý, op. cit., trang 16.
        [z] Nguyễn Đình Hòa, op. cit., p. XVIII.

5. NH [ɲ] (Non-English sound) như gn: bai*gn*er (chữ Pháp) Pelit Larousse Illutré, France, 1987, p.X.
        [ɲ] Nguyễn Văn Khôn, op. cit., trang 9.

6. R [r] Nguyễn Văn Khôn, op. cit., trang 9.
        [z] Nguyễn Đình Hòa, op. cit., p. XVIII.

7. S [ʃ] Nguyễn Văn Khôn, op. cit., trang 9.
   [s] Lê Văn Lý, op. cit., trang 16.
   [s] Nguyễn Đình Hòa, op. cit., p. XVIII.

2. <u>CẤU TRÚC VẦN CHỮ VIỆT</u>:

Vần chữ Việt gồm hai loại, được kết hợp theo hai chiều khác nhau:

2.1 <u>VẦN XUÔI</u>: kết hợp theo chiều xuôi, tận cùng bằng 1 nguyên âm, gồm hai loại:

2.1.1 <u>VẦN ĐƠN ÂM</u>: (12 vần) kết hợp bởi một nguyên âm.

<u>Thí dụ</u>: a [a];   e [ɛ];   o [ɔ]...

2.1.2 <u>VẦN HỢP ÂM</u>: (35 vần) gồm hai loại:

2.1.21 <u>VẦN NHỊ TRÙNG ÂM</u>: (dipthong) (23 vần) kết hợp bởi hai nguyên âm.

<u>Thí dụ</u>: eo [ɛu]; ai [ai]…

2.1.22 <u>VẦN TAM TRÙNG ÂM</u>: (tripthong) (12 vần) kết hợp bởi ba nguyên âm.

<u>Thí dụ</u>: yêu [ieu]; oai [wai]…

2.2 <u>PHÂN LOẠI VẦN XUÔI THEO NGUYÊN ÂM CUỐI</u> (final vowel).

Nguyên âm cuối là nguyên âm đứng ở cuối vần và tạo thành nhóm vần xuôi. Nếu phân loại dựa trên sự kết hợp của nguyên âm cuối, vần xuôi chữ Việt gồm tám nhóm và có các nguyên âm cuối như sau: a, e, ê, i, y, o, ơ, u. Sự phân loại này giúp việc hệ thống hóa và đọc vần xuôi một cách dễ dàng.

2.3 BẢNG PHÂN LOẠI VẦN XUÔI THEO NGUYÊN ÂM CUỐI (nguyên âm, nhị trùng âm, tam trùng âm)

	a [a]	e [ɛ]	ê [e]	i [i]	y [i]	o [ɔ]	ơ [ə]	u [u]
a [a]				ai [ai] oai [wai]	ay [ay] oay [wai]	ao [au] oao [wau]		au [au]
ă [ɑ]								
â [ʌ]					ây [ei] uây [wei]			âu [əu]
e [ɛ]						eo [ɛu] oeo [wɛu]		
ê [e]								êu [eu] iêu [ieu] yêu [ieu]
i [i]	ia [iə]							iu [iu]
y [i]	uya [wiə]							uyu [wiu]
o [ɔ]	oa [wa]	oe [wɛ]		oi [ɔi]				
ô [o]				ôi [oi] uôi [uəi]				
ơ [ə]				ơi [əi] ươi [ɯəi]				ươu [ɯəu]
u [u]	ua [wə]		uê [we]	ui [ui]	uy [wi:]		uơ [wə]	
ư [ɯ]	ưa [ɯə]			ưi [ɯi]				ưu [ɯɯ]
	5	1	1	9	5	4	1	9 = 35

* *Chữ có gạch phía dưới là biến âm.*

2.4 CHÚ GIẢI
2.4.1 BIẾN ÂM TRONG HỆ THỐNG VẦN XUÔI.
2.4.2 NGUYÊN ÂM.

2.4.21 Nguyên âm A [a], nếu ở <u>cuối</u> vần hợp âm và đứng <u>sau</u> các nguyên âm I [i], Y [i], U [u], Ư [ɯ], thì đọc gần như Ơ [ə].

> <u>Thí dụ</u>: Kia [kiə]
> Khuya [Xwiə]
> Cua [kwə]   (#quơ [kwə]
> Mưa [mɯə]

Chú ý: Nguyên âm A [a] đọc là A [a] khi kết hợp với phụ âm QU [kw] và GI [ʒ].
> <u>Thí dụ</u>: qua [kwa]
> gia [ʒa]

2.4.22. Nguyên âm Â [ʌ] đứng trước nguyên âm Y [i:] trong vần hợp âm, thì đọc gần như Ê [e].
> <u>Thí dụ</u>: ây [ei]
> uây [wei]

2.4.3 ÂM NGẮN & ÂM DÀI

Nguyên âm I [i] đứng sau nguyên âm U [u] ở cuối vần hợp âm, thì đọc I [i] (phát âm <u>ngắn</u>).
> <u>Thí dụ</u>: cúi [kúi]

Chú ý: Nguyên âm I [i] khi kết hợp với phụ âm QU [kw] thì đọc như Y [i:] (phát âm d<u>ài</u>).
> <u>Thí dụ</u>: qui [kwi:]

2.4.4 KẾT HỢP CÁC THANH TRONG VẦN XUÔI
Vần xuôi kết hợp với tất cả các thanh:
sắc (´), huyền (`), hỏi ('), ngã (˜), nặng (.).

2.5 VẦN NGƯỢC: (109 vần) kết hợp theo chiều ngược, tận cùng bằng một phụ âm (final consonant), gồm hai loại:
2.5.1 VẦN ĐƠN ÂM: Kết hợp bởi một nguyên âm và tận cùng bằng một phụ âm
<u>Thí dụ</u>: at [at] (a là nguyên âm, t là phụ âm cuối).

2.5.2 VẦN HỢP ÂM: gồm 2 loại
2.5.21 VẦN NHỊ HỢP ÂM: kết hợp một nguyên âm và một vần đơn âm (tận cùng bằng một phụ âm)
Thí dụ: uôn [uən] ("u" là nguyên âm, "ôn" là vần đơn âm)

oet [wɛt] ("o" là nguyên âm, "et" là vần đơn âm)
2.5.22 VẦN TAM HỢP ÂM: kết hợp bởi hai nguyên âm và một vần đơn âm (tận cùng bằng một phụ âm)
Thí dụ: uyên [wien] ("u", "y" là nguyên âm, "ên" là vần đơn âm)

uyết [wiet] ("u", "y" là nguyên âm, "êt" là vần đơn âm)

2.6 PHÂN LOẠI VẦN NGƯỢC THEO PHỤ ÂM CUỐI
Phụ âm cuối là phụ âm đứng ở cuối vần và tạo thành nhóm vần ngược.

Nếu phân loại dựa trên sự kết hợp của phụ âm cuối (final consonant), vần ngược chữ Việt chia thành hai nhóm lớn:

2.6.1 Tận cùng bằng phụ âm cuối là *tị* âm (âm mũi) (nasal), gồm bốn nhóm nhỏ:

1. m [m]
2. n [n]
3. ng [ŋ]
4. nh [ɲ]

2.6.2 Tận cùng bằng phụ âm cuối là *tắc* âm (âm nổ) (stop), gồm bốn nhóm nhỏ:

1. c [k]
2. ch [k]
3. p [p]
4. t [t]

Sự phân loại này giúp việc hệ thống hóa và đọc các nhóm vần ngược một cách dễ dàng, và có tám cách đọc khác nhau.

2.7   BẢNG PHÂN LOẠI VẦN NGƯỢC THEO PHỤ ÂM CUỐI
(vần đơn âm, nhị hợp âm & tam hợp âm)

	m [m]	n [n]	ng [ŋ]	nh [ɲ]	c [k]	ch [k]	p [p]	t [t]
a [a]	am [am] oam [wam]	an [an] oan [wan]	ang [aŋ] oang [waŋ]	anh [aiɲ] oanh [waiɲ]	ac [ak] oac [wak]	ach [aik] oach [waik]	ap [ap]	at [at] oat [wat]
ă [ɑ]	ăm [ɑm] oăm [wɑm]	ăn [ɑn] oăn [wɑn]	ăng [ɑŋ] oăng [wɑŋ]		ăc [ɑk] oăc [wɑk]		ăp [ɑp]	ăt [ɑt] oăt [wɑt]
â [ʌ]	âm [əm]	ân [ən] uân [wən]	âng [əŋ] uâng [wəŋ]		âc [ək]		âp [əp]	ât [ət] uât [wət]
e [ɛ]	em [ɛm]	en [ɛn] oen [wɛn]	eng [ɛŋ]		ec [ɛk]		ep [ɛp]	et [ɛt] oet [wɛt]
ê [e]	êm [em] iêm [iem]	ên [en] iên [ien]	iêng [ieŋ]	ênh [eiɲ] uênh [weiɲ]	iêc [irk]	êch [eik] uêch [weik]	êp [ep] iêp [iep]	êt [et] iêt [iet]
	yêm [iem]	yên [ien] uyên [wien]	yêng [ieŋ]					yêt [iet] uyêt [wiet]
		uên [wen]						
i [i]	im [im]	in [in]		inh [iɲ]		ich [ik]	ip [ip]	it [it]
y [i]				uynh [wiɲ]				uyt [wit]
o [ɔ]	om [ɔm]	on [ɔn]	ong [ɔŋ]		oc [ɔk]		op [ɔp]	ot [ɔt]
ô [o]	ôm [om] uôm [uəm]	ôn [on] uôn [uən]	ông [oŋ] uông [wəŋ]		ôc [ok] uôc [wərk]		ôp [op]	ôt [ot] uôt [wət]
ơ [ə]	ơm [əm] ươm [ɯəm]	ơn [ən] ươn [ɯən]	ương [ɯəŋ]		ước [ɯrk]		ơp [əp] ướp [ɯəp]	ơt [ət] ươt [ɯət]
u [u]	um [um]	un [un]	ung [uŋ]		uc [uk]		up [up]	ut [ut]
ư [ɯ]		ưn [ɯn]	ưng [ɯŋ]		ưc [ɯk]			ưt [ɯt]
	16	21	15	6	13	5	12	21 = 109

2.8 Ghi Chú: chữ có gạch phía dưới là biến âm

2.8 BIẾN ÂM TRONG HỆ THỐNG VẦN NGƯỢC

2.8.1 NGUYÊN ÂM

Nguyên âm "A" [a], "Ê" [e] đứng trước phụ âm cuối, "CH" [k] hoặc "NH" [ɲ] trong vần ngược, khi đọc đều lướt qua âm "I" [i]

Thí dụ: ach [aik]   anh [aiɲ]

oach [waik]   oanh [waiɲ]

êch [eik]   ênh [eiɲ]

uêch [weik]   uênh [weiɲ]

2.8.2 PHỤ ÂM

Phụ âm "CH" [c] ở tận cùng của vần ngược, thì đọc như "K" [k]

Thí dụ: ach [aik]

oach [waik]

êch [eik]

uêch [weik]

ich [ik]

2.8.3 CÁCH KẾT HỢP CÁC THANH TRONG VẦN NGƯỢC

2.8.31 Những vần ngược tận cùng bằng phụ âm là *tị* âm (nasal): M [m]; N [n]; NG [ŋ]; NH[ɲ], kết hợp với tất cả các thanh: sắc (´), huyền (`), hỏi ('), ngã (˜), nặng (.).

Thí dụ: ám [ám]; àm [àm]; ảm [ảm]; ãm [ãm]; ạm [ạm]

án [án]; àn [àn]; ản [ản]; ān [ān]; ạn [ạn]

áng [áŋ]; àng [àŋ]; ảng [ảŋ]; ãng [ãŋ]; ạng [ạŋ]

ánh [áiɲ]; ành [àiɲ]; ảnh [ảiɲ]; ãnh [ãiɲ]; ạnh [ạiɲ]

2.8.32 Những vần ngược tận cùng bằng phụ âm là *tắc* âm (stop) C [k], CH [k], P [p], T [t] chỉ kết hợp với thanh: sắc (´) và nặng (.)

Thí dụ: ác [ák]   ạc [ạk]

ếch [eik]   ệch [ẹik]

íp [íp]   ịp [ịp]

ớt [ə́t]   ợt [ə̣t]

3. CẤU TRÚC CHỮ VIỆT

Chữ Việt gồm hai loại:

3.1 Loại không phụ âm đứng trước gồm hai loại:

3.1.1 Vần xuôi.

3.1.2 Vần ngược.

3.2 Loại có phụ âm đứng trước (phụ âm đầu).

Thí dụ: bao [bau] (b là phụ âm đầu, ao là vần xuôi)

      Phang [faŋ]   (ph là phụ âm đầu, ang là vần ngược)

* Phụ âm đầu là phụ âm đứng trước một nguyên âm, một vần đơn âm hoặc một vần hợp âm để tạo thành chữ Việt.

4. PHƯƠNG PHÁP ĐỌC TRỰC TIẾP CHỮ VIỆT

Phương pháp đọc gồm 2 cách: đọc <u>chậm</u> và đọc <u>nhanh.</u>

4.1 <u>Cách đọc chữ không phụ âm đứng trước.</u>

4.1.1 **Cách đọc vần xuôi.**

4.1.11 Vần xuôi *nhị* trùng âm (dipthong):

Thí dụ: đọc hai nguyên âm e [ɛ] và o [ɔ]

a. Nếu đọc thật <u>chậm</u> (đọc e, ngừng một chút rồi đọc o), ta sẽ có hai nguyên âm rời, e, o.

b. Nếu đọc <u>nhanh</u> hơn một chút (không ngừng giữa e và o) ta sẽ có 1 vần xuôi nhị trùng âm: e + o = eo [ɛu]

4.1.12 Vần xuôi *tam* trùng âm (tripthong):

Thí dụ: đọc ba nguyên âm i [i], ê [e] và u [u]

a. Nếu đọc thật <u>chậm</u> (đọc i, ngừng một chút rồi đọc ê, ngừng một chút rồi đọc u) ta sẽ có ba nguyên âm rời: i, ê, u.

b. Nếu đọc <u>nhanh</u> hơn một chút (không ngừng giữa i và ê, giữa ê và u), ta sẽ có một vần xuôi tam trùng âm i + ê + u = iêu [ieu]

4.1.2 **Cách đọc vần ngược.**

4.1.2.1 Vần *đơn* âm

Thí dụ: đọc nguyên âm "a" [a] và phụ âm "t" [t]

a. Nếu đọc thật <u>chậm</u> (đọc a, ngừng một chút rồi đọc t [tờ], ta sẽ có một nguyên âm "a" và một phụ âm "t" rời.

b. Nếu đọc nhanh hơn một chút (không ngừng giữa a và t), ta sẽ có một vần đơn âm ngược: "a + t" = "at" [at]

4.1.2.2 Vần hợp âm gồm hai loại:

4.1.2.21 Vần *nhị* hợp âm.

Thí dụ: đọc nguyên âm "o" và vần đơn âm "et" [ɛt]

a. Nếu đọc thật chậm (đọc o, ngừng một chút rồi đọc et), ta sẽ có một nguyên âm "o" và một vần đơn âm "et" rời.

b. Nếu đọc nhanh hơn một chút (không ngừng giữa o và et) ta sẽ có một vần nhị hợp âm ngược: "o+et"="oet"[wɛt]

4.1.2.22 Vần *tam* hợp âm.

Thí dụ: đọc hai nguyên âm "u" [u], "y" [i] và vần đơn âm "ên" [en]

a. Nếu đọc thật chậm (đọc u, ngừng một chút rồi đọc y, ngừng một chút rồi đọc ên), ta sẽ có hai nguyên âm "u", "y" và vần đơn âm "ên" rời.

b. Nếu đọc nhanh hơn một chút (không ngừng giữa u và y, giữa y và ên), ta sẽ có một vần tam hợp âm ngược: "u+y+ên" = uyên [wien]

4.2 Cách đọc chữ có phụ âm đứng trước (phụ âm đầu).

Thí dụ: đọc phụ âm "b" [b] và vần xuôi "ao" [au]

a. Nếu đọc thật chậm (đọc b [bờ] phát âm gió), ngừng một chút rồi đọc "ao", ta sẽ có phụ âm "b" và vần xuôi "ao" rời.

b. Nếu đọc nhanh hơn một chút (không ngừng giữa b và ao), ta sẽ có chữ: "b+ao" = bao [bau]

Tóm lại, chuyển từ cách đọc *chậm* (có tính cách *phân tích*) qua cách đọc *nhanh* (có tính cách *tổng hợp*) đã giúp ta đọc thẳng được loại chữ không phụ âm đứng trước (cũng gọi là vần xuôi & vần ngược) và loại chữ có phụ âm đứng trước mà không qua giai đoạn đánh vần.

5. NGUYÊN TẮC GIỚI HẠN KẾT HỢP TRONG HỆ THỐNG VẦN CHỮ VIỆT

Những nguyên tắc giới hạn kết hợp này đã có sẵn từ lâu trong hệ thống vần chữ Việt. Nay, chúng tôi chỉ sắp xếp lại, hệ thống hóa thành những nguyên tắc giản dị, dễ hiểu, dễ áp dụng, nhằm giúp các học viên tránh được một phần nào những <u>lỗi chánh tả</u> khi viết chữ Việt.

NHỮNG NGUYÊN TẮC KẾT HỢP:

5.1 <u>NGUYÊN ÂM</u>

5.1.1 Ă [α] & Â [ʌ]: *không* kết hợp với phụ âm đầu…

Thí dụ: <u>c</u>ă [kα]   <u>c</u>â [kʌ]

    <u>l</u>ă [lα]   <u>l</u>â [lʌ]

    <u>không có</u> trong hệ thống vần chữ Việt.

5.2 <u>PHỤ ÂM ĐẦU</u>

5.2.1 K [k]: *chỉ kết hợp* với nguyên âm: e [ɛ], ê [e], i [i]; những vần đơn âm và vần hợp âm khởi đầu bằng e, ê, i.

Thí dụ: ke [kɛ];   kê [ke];   ki [ki] (nguyên âm)

   ken [kɛn];   kên [ken]   (vần đơn âm)

   kiên [kien]   (vần hợp âm)

  =/=

   C [k]: *không* kết hợp.

   Thí dụ: ce; cê; ci   (nguyên âm)

     cen; cên   (vần đơn âm)

     ciên   (vần hợp âm)

<u>không có</u> trong hệ thống vần chữ Việt.

5.2.2 GH [g]: *chỉ kết hợp* với nguyên âm: e [ɛ], ê [e], i [i]; những vần đơn âm và vần hợp âm khởi đầu bằng e, ê, i.

Thí dụ: ghe [gɛ]; ghê [ge]; ghi [gi] (nguyên âm)

  ghen [gɛn]; ghênh [geiɲ] (vần đơn âm)

  ghiên [gien] (vần hợp âm)

=/=

  G [g]: *không* kết hợp với nguyên âm: e [ɛ], ê [e]; và những vần đơn âm khởi đầu bằng e, ê.

Thí dụ: ge [gɛ];   gê [ge] (nguyên âm)

  gen [gɛn]; gên [gen] (vần đơn âm)

  <u>không có</u> trong hệ thống vần chữ Việt.

5.2.3 GI [ʒ]: có hai cách phát âm:

5.2.31 [ʒ] trước nguyên âm, vần đơn âm và vần hợp âm.

Thí dụ: gia [ʒa]   giê [ʒe]   giô [ʒo]... (nguyên âm)

  gian [ʒan]   giang [ʒaŋ]... (vần đơn âm)

  giai [ʒai]   giao [ʒau]...   (vần hợp âm)

=/=

5.2.32 [ʒi] trước ba vần sau đây, khởi đầu bằng ê [e]:

  giêng [ʒieŋ]

  giêt [ʒiet]

  giêu [ʒieu]

5.2.4 NGH [ŋ]: *chỉ kết hợp* với nguyên âm: e [ɛ], ê [e], i [i]; những vần đơn âm và vần hợp âm khởi đầu bằng e, ê, i.

Thí dụ: nghe [ŋɛ];   nghê [ŋe]; nghi [ŋi] (nguyên âm)

nghen [ŋɛn] nghên ŋen]; nghinh ŋiɲ] (vần đơn âm)

ngheo [ŋɛu] nghêu [ŋeu]; nghien ŋien] (vần hợp âm)

=/=

NG [ŋ]: *không* kết hợp.

5.2.5 P [p]: *không kết hợp* với nguyên âm.

Thí dụ: pa [pa]   pê [pe] pi [pi]...
<u>không có</u> trong hệ thống vần chữ Việt

5.2.6 QU [kw]: *không kết hợp* với nguyên âm: o, [ɔ] ô [o], u [u], ư [ɯ]; những vần đơn âm và vần hợp âm khởi đầu bằng: o, ô, u, ư.

Thí dụ: quo [kwɔ] quô [kwo]; quư [kwɯ] (nguyên âm)

quon [kwɔn]; quôn [kwon]; quưt [kwɯt] (vần đơn âm)

quươn [kwɯən]   (vần đa âm)

*<u>Ôc</u>: là vần đơn âm duy nhất kết hợp với phụ âm đầu qu [kw].

Thí dụ: quôc [kwərk]   (# cuôc [kwərk])

6. KẾT LUẬN

Biên soạn đề tài "Phương Pháp Dạy Chữ Việt Không Qua Giai Đoạn Đánh Vần", dựa theo phương pháp mô tả, thống kê, phân loại, đối chiếu, so sánh, để khảo sát hệ thống vần chữ Việt, và sau đó tìm hiểu:

1. Những kết hợp đặc thù trong vần xuôi, vần ngược.

2. Cách đọc.

3. Những nguyên tắc giới hạn kết hợp giúp tránh được một phần nào những lỗi chánh tả khi viết chữ Việt.

Cố gắng trình bày đề tài một cách đơn giản, ngắn gọn, rõ ràng, dễ hiểu, để dễ phổ biến và áp dụng. Đó là ước vọng của chúng tôi. Tuy nhiên, trong thực tế, những lầm lẫn, những thiếu sót là những sự kiện không thể nào tránh khỏi, vì hệ thống vần chữ Việt là hệ thống đa dạng và đầy phức tạp.

Vì vậy, chúng tôi chân thành mong được sự chỉ dẫn của quý vị để bổ túc những khuyết điểm vừa nêu trên.

Xin cám ơn quý vị.

THUẬT TỪ (TERMINOLOGY)

Âm	: sound
Âm cuối	: final sound
Âm đầu	: initial sound
Bán âm	: semi – vowel
Biến âm	: variant sound
Biến thanh	: variant tone
Cách phát âm	: pronunciation
Đối chiếu	: comparison
Hệ thống	: system
Hợp âm	: compound sound
Nguyên âm	: vowel
Nguyên âm đầu	: initial vowel
Nguyên âm giữa	: central vowel
Nguyên âm cuối	: final vowel
Nguyên tắc	: principle
Nguyên tắc giới hạn	: limited principle
Nhị trùng âm	: dipthong

Phụ âm   : consonant
Phụ âm đầu   : initial consonant
Phụ âm cuối   : final consonant

Phương pháp   : method

Tam trùng âm   : tripthong

Tắc âm   : stop

Tiếng: tiếng nói: ngôn ngữ: language
Tiếng Anh   : English
Tiếng Pháp   : French
Tiếng Việt   : Vietnamese
Từ: từ vị   : morpheme
Từ đơn   : single morpheme
Từ kép   : compound morpheme

Tỵ âm   : nasal

Thanh   : tone
Thanh sắc   : high tone
Thanh huyền   : low tone
Thanh hỏi   : note of interrogation (?)
Thanh ngã   : tilde
Thanh nặng   : drop tone

TÀI LIỆU THAM KHẢO PHẦN PHỤ LỤC

- Lê Văn Đức, <u>Việt Nam Tự Điển</u>, Khai Trí, Sài Gòn, Việt Nam, 1970.
- Phạm Văn Hải, <u>Sơ Lược Về Ảnh Hưởng Trung – Hoa Trong Tiếng Việt</u>, Washington, D.C., U.S.A., 1974.
- Phạm Văn Hải, <u>Vần Tiếng Việt</u>, Washington, D.C., U.S.A., 1977.
- Nguyễn Đình Hòa, <u>Speak Vietnamese</u>, Charles E. Tuttle Co.: Publishers, Rutland, Vermont & Tokyo, Japan, 1986.
- Nguyễn Văn Khôn, <u>Anh Việt Tự Điển</u>, Khai Trí, Sài Gòn, Việt Nam, 1975.
- Nguyễn Văn Khôn, <u>Việt Anh Tự Điển</u>, Khai Trí, Sài Gòn, Việt Nam, 1966.
- Trần Trọng Kim, Bùi Kỷ & Phạm Duy Khiêm, <u>Việt Nam Văn Phạm</u>, Sống Mới, California, U.S.A., 1986 (?)
- Lê Văn Lý, <u>Sơ Thảo Ngữ Pháp Việt Nam</u>, Dân Chúa, Louisiana, U.S.A., năm (?).
- Lê Ngọc Trụ, <u>Chánh Tả Việt Ngữ</u>, Xuân Thu, California, U.S.A., 1991.
- Lê Ngọc Trụ, <u>Việt Ngữ Chánh Tả Tự Vị</u>, Đại Nam, California, U.S.A., năm (?).
- Trương Việt, <u>Chánh Tả Phổ Thông</u>, Saigon Co., Houston, Texas, U.S.A., 1988.
* <u>Petit Larousse Illustré</u>, Librairie Larousse, Paris, France, 1987.

ĐƯỜNG SỐNG

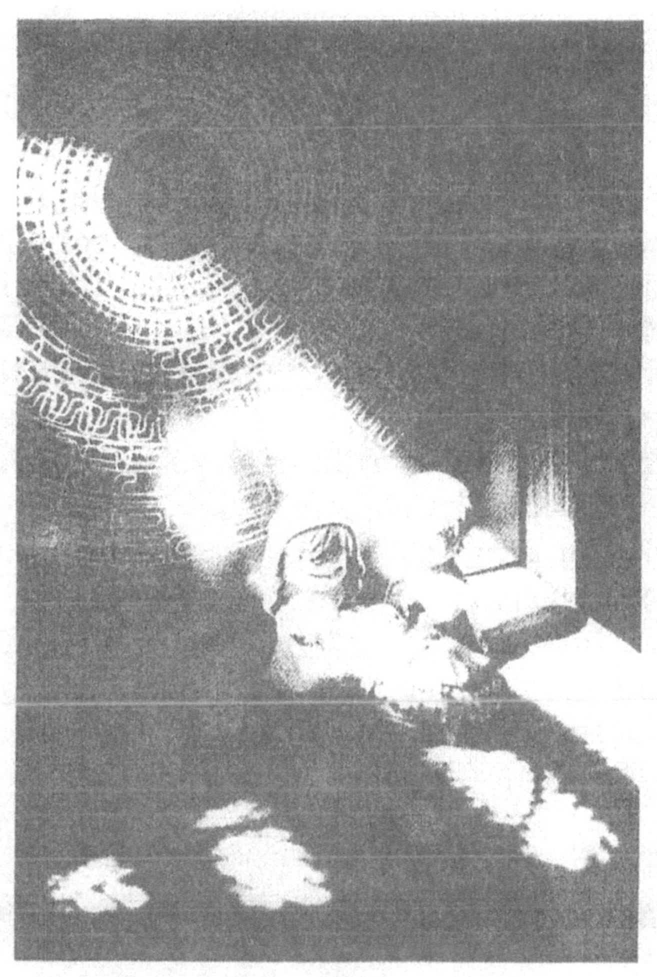

NĂM THỨ TƯ * BỘ MỚI * SỐ 5 * THÁNG 12-1986

DƯỠNG SỐNG

NĂM THỨ TƯ • BỘ MỚI • SỐ 5 • THÁNG 12-1986
ĐẶC BIỆT GIÁNG SINH

TỜ BÁO PHỤC VỤ MỌI GIA ĐÌNH VIỆT NAM

Thư từ, liên lạc xin đề:
DƯỠNG SONG MAGAZINE
P.O. Box 25678
Santa Ana, CA 92799-5678
U.S.A.

Chủ bút:
TRẦN PHONG VŨ
Tổng thư ký:
CAO VĨNH LINH
Thư ký tòa soạn:
QUYÊN DI

Với sự cộng tác của:
Bà ĐINH XUÂN AN • NGUYỄN HỮU BẢO • TRẦN NGỌC BẢU • VŨ NGỌC BICH • HÀ HUYỀN CHI • TRẦN MỸ DUYỆT • NGUYỄN HẢI HÀ • TRẦN DIỆU HẰNG • ĐỖ XUÂN HOA • LÊ NGỌC HỒ • NGUYỄN TIẾN ÍCH • LƯU TRUNG KHẢO • TRỊNH ĐẮC PHỤC • PHẠM VĂN QUYNH • HÀ THÚC SINH • NHẬT TIẾN • LM NGUYỄN ĐỨC TIẾN • TƯỚNG NÀNG TIẾN • TRẦN NGUYÊN THAO • LÊ TINH THÔNG • LM VŨ ĐINH TRÁC • HỒNG TRANG • LÊ TUẤN • NGUYỄN ĐỨC TUYÊN • Bà MINH VÂN • PHẠM KIM VINH •

Trình bày, Minh họa:
ĐỖ CUNG • NGUYỄN VĂN LIÊM
BÌA: ĐỖ CUNG

TRONG SỐ NÀY:

BAN ĐIỀU HÀNH CHIẾN DỊCH TẶNG SÁCH BÁO ĐỒNG BÀO VƯỢT BIỂN:
PHẠM BÁ CÁT • TRẦN MINH CUNG • TRẦN VĂN CỬU • PHẠM ĐỨC HẠNH • VŨ ĐINH KỲ • NGUYỄN XUÂN LONG • ĐỖ VĂN LƯƠNG • LM NGUYỄN ĐỨC TIẾN • TRẦN QUANG TUYỀN •

TẠP CHÍ DƯỠNG SỐNG — Quà Tặng Đồng Bào Tị Nạn Tại Đông Nam Á.
ấn hành mỗi kỳ 4,000 số, do "Chiến Dịch Tặng Sách Báo Đồng Bào Vượt Biển" thực hiện, với sự hợp tác của nhiều hội đoàn và cá nhân thiện chí.

PHƯƠNG PHÁP ĐỌC CHỮ VIỆT
KHÔNG QUA GIAI ĐOẠN ĐÁNH VẦN

NGUYỄN HẢI HÀ

Có hai phương pháp giảng dạy chữ Việt cho trẻ em: phương pháp trực tiếp và phương pháp gián tiếp. Thông dụng nhất có lẽ là phương pháp gián tiếp vì thường được áp dụng trong các lớp dạy chữ Việt từ xưa đến nay. Phương pháp này gồm 2 giai đoạn:

* Giai đoạn 1: Dạy nguyên âm, phụ âm và đánh vần.
* Phương pháp 2: Dạy tập đọc.

Chuyển từ giai đoạn đánh vần qua giai đoạn tập đọc thường phải mất một khoảng thời gian. Để tiết kiệm khoảng thời gian đó, chúng tôi thử đề nghị "phương pháp đọc chữ Việt không qua giai đoạn đánh vần", cũng có thể gọi là phương pháp trực tiếp.

Trước khi đi vào phần "phương pháp đọc", thiết tưởng cũng cần tìm hiểu qua sự thành lập, cấu trúc của vần, của chữ và các phương thức kết hợp trong chữ Việt.

1. SỰ THÀNH LẬP CHỮ VIỆT

Chữ Việt được thành lập dựa trên ba hệ thống:

1.1. Hệ thống nguyên âm (vowels): gồm 12 nguyên âm.

A, Ă, Â, E, Ê, I, Y, O, Ô, Ơ, U, Ư.

Phiên âm theo hệ thống IPA (International Phonetic Association) có khuyết điểm vì chỉ giúp phát âm gần đúng giọng của người Việt mà thôi. Vì vậy nó không cần thiết đối với người Việt.

Tuy nhiên, chúng tôi cũng ghi lại phần phiên âm IPA vì 2 lý do:

1.11. Giúp bạn đọc nhận ra những biến âm (nguyên âm và phụ âm) trong chữ Việt (xin xem phần ghi chú)

1.12 Giúp các em học sinh Việt Nam chỉ biết Anh ngữ và biết qua hệ thống phiên âm IPA, có thể nhận ra một chữ Việt và đọc một cách dễ dàng.

1.2 HỆ THỐNG PHỤ ÂM (Consonants) (gồm 27 phụ âm)

b, c, ch, d, đ, g, gh, gi, h, k, kh, l, m, n, ng, ngh, nh, p, ph, qu, r, s, t, th, tr, v, x.

* Phụ âm g, gh đều phát âm là (g) và ng, ngh, đều phát âm là (ŋ). Do đó các sách văn phạm, (Việt Nam Văn Phạm của Trần Trọng Kim, Bùi Kỷ và Phạm Duy Khiêm) và các Tự điển (Việt Pháp Từ Điển của Đào Văn Tập, Việt Anh Tự Điển của Nguyễn Văn Khôn) đều quan niệm có 25 phụ âm. Nhưng gần đây nhất, trong cuốn "Tự điển Việt Nam", ông Lê Văn Đức đã sắp phụ âm g, gh, và ng, ngh như những phụ âm riêng biệt. Cách sắp xếp này rõ ràng và dễ tra cứu hơn. Vì vậy chúng tôi tạm thời coi như chữ Việt có 27 phụ âm.

C. Hệ thống dấu (tones)

1.31 Không dấu (unmarked) (level tone) như : la

1.32 Sắc (/) (rising tone) như: lá

1.33 Huyền (\) (falling rising tone) như: là

1.34 Hỏi (?) (falling rising tone) như: lả

1.34 Ngã (~) (low rising tone) như: lã

1.36 Nặng (.) (low constricted tone) như: la

2. CẤU TRÚC VẦN VIỆT NGỮ

2.1. Vần chữ Việt gồm 2 loại, được kết hợp theo 2 chiều khác nhau.

2.14 Vần xuôi: Kết hợp theo chiều xuôi, gồm 2 loại:

2.11. Vần đơn âm: (12 vần) kết hợp bởi một nguyên âm.

Thí dụ: a (a); e (ɛ); o (ɔ);...

2.12 Vần hợp âm: (33 vần) gồm 2 loại.

2.121. *Vần nhị trùng âm* (dipthong): (23 vần) kết hợp bởi 2 nguyên âm.

Thí dụ: eo (ɛu, ɛɔ); ai (ai);...

2.122. *Vần tam trùng âm* (tripthong); (10) vần kết hợp bởi 3 nguyên âm.

Thí dụ: Yêu (iêu); oai (wai);...

2.13. Phân loại vần xuôi theo nguyên âm cuối.

Nguyên âm cuối là nguyên âm đứng ở cuối vần và tạo thành nhóm vần xuôi. Nếu phân loại dựa trên sự kết hợp của nguyên âm cuối, vần xuôi chữ Việt gồm 8 nhóm và có các nguyên âm cuối như sau: a, e, ê, i, y, o, ơ, u. Sự phân loại này giúp việc hệ thống hoá và đọc vần xuôi một cách dễ dàng.

2.14. Bảng phân loại vần xuôi theo nguyên âm cuối (nguyên âm, nhị trùng âm & tam trùng âm)

	a [a]	e [ɛ]	ê [e]	i [i]	y [i]	o [ɔ]	ô [o]	u [u]
a [a]				[illegible]	[illegible]	[illegible]		[illegible]
ă [ă]	[illegible]							
â [ə]					[illegible]			
e [ɛ]							[illegible]	
ê [e]								[illegible]
i [i]	[illegible]							[illegible]
y [i]	[illegible]							[illegible]
o [ɔ]	[illegible]	[illegible]		[illegible]				
ô [o]				[illegible]				
ơ [ə]				[illegible]				[illegible]
u [u]	[illegible]		[illegible]		[illegible]		[illegible]	
ư [ɯ]	[illegible]			[illegible]				

2.2. Vần ngược; (109 vần) kết hợp theo chiều ngược, tận cùng bằng một phụ âm (consonant), gồm 2 loại.

2.21. Vần đơn âm: kết hợp bởi một nguyên âm và tận cùng bằng một phụ âm.

Thí dụ: at (at); ("a" là nguyên âm, "t" là phụ âm)

2.22. Vần hợp âm: gồm 2 loại.

2.221. Vần nhị hợp âm: Kết hợp bởi 1 nguyên âm và 1 vần đơn âm (tận cùng bằng một phụ âm).

Thí dụ: uôn (uôn) ("u" là nguyên âm; "ôn" là vần đơn âm)

oet (wẹt) ("o" là nguyên âm, "et" là vần đơn âm)

2.222. Vần tam hợp âm: Kết hợp bởi 2 nguyên âm và 1 vần đơn âm (tận cùng bằng 1 phụ âm).

Thí dụ: uyên (wien) ("u, y" là nguyên âm, "ên" là vần đơn âm)

uyêt (wiet) ("u, y" là nguyên âm, "êt" là vần đơn âm)

2.23. Phân loại vần ngược theo phụ âm cuối.

Phụ âm cuối là phụ âm đứng ở cuối vần và tạo thành nhóm vần ngược. Nếu phân loại dựa trên sự kết hợp của phụ âm cuối, vần ngược chữ Việt gồm 8 nhóm, có các phụ âm cuối như sau: C, CH, M, N, NH, P, T. Sự phân loại này giúp việc hệ thống và đọc vần ngược một cách dễ dàng.

2.24. Bảng phân loại vần ngược theo phụ âm cuối.

	C [k]	CH [c]	M [m]	N [n]	NG [ŋ]	NH [ɲ]	P [p]	T [t]
	[illegible]	[illegible]	[illegible]	[illegible]	[illegible]	[illegible]	[illegible]	[illegible]
	[illegible]		[illegible]	[illegible]	[illegible]		[illegible]	[illegible]
	[illegible]		[illegible]	[illegible]	[illegible]		[illegible]	[illegible]
	[illegible]		[illegible]	[illegible]	[illegible]		[illegible]	[illegible]
	[illegible]	[illegible]	[illegible]	[illegible]	[illegible]	[illegible]	[illegible]	[illegible]
		[illegible]	[illegible]	[illegible]		[illegible]	[illegible]	[illegible]
						[illegible]		[illegible]
	[illegible]		[illegible]	[illegible]	[illegible]		[illegible]	[illegible]
	[illegible]		[illegible]	[illegible]	[illegible]		[illegible]	[illegible]
	[illegible]		[illegible]	[illegible]	[illegible]		[illegible]	[illegible]
	[illegible]			[illegible]	[illegible]		[illegible]	[illegible]
	[illegible]			[illegible]	[illegible]			[illegible]

*Biến âm: Xin xem phần ghi chú

3. CẤU TRÚC CHỮ VIỆT.

Chữ Việt gồm 2 loại:

3.1. Loại không phụ âm đứng trước, gồm 2 loại:

3.11. Vần xuôi.

3.12 Vần ngược.

3.2. Loại có phụ âm đứng trước.

Thí dụ: bao (bau) ("b" là phụ âm, "ao" là vần xuôi)

phang (faŋ) ("ph" là phụ âm, "ang" là vần ngược)

4. PHƯƠNG PHÁP ĐỌC CHỮ VIỆT (Không qua giai đoạn đánh vần)

Phương pháp đọc gồm 2 cách: đọc chậm và đọc nhanh.

4.1. A. Cách đọc chữ không có phụ âm đứng trước.

4.11 1. cách đọc vần xuôi:

4.111 a. Vần xuôi nhị trùng âm (dipthong)

Thí dụ: đọc 2 nguyên âm "e" (ɛ) và "o" (ɔ)

— Nếu đọc thật chậm (đọc e, ngừng một chút rồi đọc o), ta sẽ có 2 nguyên âm rời, e, o.

— Nếu đọc nhanh hơn một chút (không ngừng giữa e và o), ta sẽ có 1 vần xuôi nhị trùng âm: "e+o" "eo"

[ɛ] + [ɔ] = [ɛɔ]

4.112 b. Vần xuôi tam trùng âm (tripthong)

Thí dụ: đọc ba nguyên âm "i", "ê" và "u".

— Nếu đọc thật chậm (đọc i, ngừng một chút rồi đọc ê, ngừng một chút rồi đọc u), ta sẽ có ba nguyên âm rời i, ê, u.

— Nếu đọc nhanh hơn một chút (không ngừng giữa i và ê, giữa ê và u), ta sẽ có 1 vần xuôi tam trùng âm "i-ê+u": "iêu"

[i]+[e+u] = [ieu]

*Biến âm: Xin xem phần ghi chú

4.12. Cách đọc vần ngược.

4.121. Vần đơn âm.

Thí dụ: đọc nguyên âm "a" và phụ âm "t".

* Nếu đọc thật chậm (đọc a, ngừng một chút rồi đọc t (tờ), ta sẽ có một nguyên âm "a" và một phụ âm "t" rời.

* Nếu đọc nhanh hơn một chút (không ngừng giữa a và t), ta sẽ có một vần đơn âm ngược: "a+t": "at"

[a]+[t] = [at]

4.122. Vần hợp âm (2 loại)

4.1221. Vần nhị hợp âm.

(còn tiếp kỳ sau)

THÔNG CÁO

Nhằm mục đích trau dồi khả năng sư phạm của các giáo chức đang tình nguyện giảng dạy tiếng Việt tại các Trung Tâm Việt Ngữ vùng Bắc Cali.

Đoàn Thanh Niên Thiện Chí S.J. phối hợp với Hội Cựu Giáo Chức Việt Nam tại hải ngoại, sẽ tổ chức Khóa Huấn Luyện Sư Phạm Việt Ngữ Căn Bản.

Địa điểm:
Trung Tâm Việt Ngữ Văn Lang
651 Macredes Ave.
San Jose, CA 95116
Thời gian:
Khai giảng lúc 4 giờ chiều 27-11-87
Bế giảng lúc 4 giờ chiều 29-11-87

Ban giảng huấn gồm các giảng viên nhiều kinh nghiệm giảng dạy tại hải ngoại từ Nam California sẽ phụ trách.

Chương trình huấn luyện sẽ bao gồm đủ các khía cạnh như:
- Phương pháp sưu tầm và sử dụng tài liệu
- Phương pháp giảng bài và giữ lớp
- Phương pháp dạy vần Việt ngữ
- Phương pháp tập làm văn
- Tâm lý trẻ em
- Tư tưởng dân tộc qua tục ngữ, ca dao
- Cách tổ chức và điều hành một lớp học
- Phương pháp dạy Sử
- Các thể thơ Việt Nam thông dụng
- Trao đổi các kinh nghiệm giảng dạy

Các Trung Tâm Việt ngữ và các cá nhân muốn ghi danh tham dự khóa huấn luyện kể trên, xin liên lạc với: Trung Tâm Việt Ngữ Văn Lang mỗi sáng chủ nhật từ 9 giờ sáng đến 12 giờ trưa, hoặc liên lạc số điện thoại sau đây:

Cô Đỗ Thị Mùi:
(sở) 408-971-8863
Cô Phạm Thị Mỹ Hạnh:
(nhà) 408 559-6628

Huấn luyện sư phạm Việt ngữ căn bản

SAN JOSE, ngày 27, 28, 29 11 1987 vừa qua, Hội Ái Hữu Cựu Giáo Chức Việt Nam tại hải ngoại do Chủ Tịch Lưu Trung Khảo hướng dẫn, phối hợp với Đoàn Thanh Niên Thiện Chí tại San Jose, đã tổ chức Khóa Huấn Luyện Sư Phạm Việt Ngữ Căn Bản, nhằm mục đích trau dồi khả năng Sư phạm cho khoảng gần 100 anh chị em thanh niên, sinh viên đang tình nguyện giảng dạy tiếng Việt tại các Trung Tâm Việt Ngữ vùng Bắc California.

Khóa huấn luyện được tổ chức tại Trung Tâm Việt Ngữ Văn Lang (651 Macredes Ave, San Jose, CA 95116), khai giảng lúc 4 giờ chiều ngày 27 11 87 và bế giảng lúc 6 giờ chiều ngày 29 11 87.

Thành phần ban giảng huấn, từ Nam Cali tới gồm có các ông: Lưu Trung Khảo, Phạm Cao Dương, Quyền Di, Bùi Văn Chúc, Nguyễn Thành Long, Nguyễn Hải Hà, và các cựu giáo chức tại địa phương gồm có các ông: Cung Nhật Tân, Hà Mai Phương.

Chương trình giảng huấn gồm các đề tài:

1. Phương pháp sưu tầm và sử dụng tài liệu.

2. Phương pháp giảng bài và giữ lớp.

3. Phương pháp dạy vần Việt Ngữ.

4. Phương pháp đọc chữ Việt không qua giai đoạn đánh vần.

5. Phương pháp tập làm văn.

6. Tâm lý trẻ em.

7. Tư tưởng dân tộc qua tục ngữ, ca dao.

8. Cách tổ chức và điều hành một lớp học.

9. Phương pháp dạy sử.

10. Các thể thơ Việt Nam thông dụng.

11. Trao đổi các kinh nghiệm giảng dạy.

** Người Việt (nhật báo), số 1112, 06/12/1987, California, USA.*